한 권으로 끝내는

시원스쿨
베트남어
OPIc

S 시원스쿨닷컴

시원스쿨
베트남어
OPIc

초판 1쇄 발행 2023년 5월 23일
초판 2쇄 발행 2024년 4월 2일

지은이 손연주·시원스쿨어학연구소
펴낸곳 (주)에스제이더블유인터내셔널
펴낸이 양홍걸 이시원

홈페이지 vietnam.siwonschool.com
주소 서울시 영등포구 영신로 166 시원스쿨
교재 구입 문의 02)2014-8151
고객센터 02)6409-0878

ISBN 979-11-6150-706-4 13730
Number 1-420505-18121800-08

OPIc 기본 정보 및 IH 레벨 공략 가이드

한 눈에 보는 OPIc (Oral Proficiency Interview-computer)

1:1 1:1 인터뷰 형식
iBT 기반의 응시자 친화형
외국어 말하기 평가

20 오리엔테이션 약 20분
Background Survey와
Self-Assessment

40 시험 시간 40분
답변 제한 시간 없음

15 총 15개의 문항
선택형 주제 2세트
공통형 주제 2세트
롤플레이 1세트
*사전 선택사항에 따라 바뀔 수 있음

5 5개의 주제
자기 소개 외에 선택 주제와
돌발 주제가 각 2~3개 출제

3 한 주제에 3 콤보
하나의 주제에 3개의 문제가
연이어 출제
※ 두 문제가 출제될 수도 있음

 세분화된 성적 등급
Novice Low 등급부터
Advanced Low 등급까지 나뉨
Intermediate Mid 등급은 3단계로
세분화하여 제공(IM1 < IM2 <
IM3)

7 다양한 언어
영어, 중국어, 러시아어, 스페인어,
한국어, 일본어, 베트남어

 개인 맞춤형 문제 출제
Background Survey를 통한
문제 출제

 총괄적 평가 방식
문제당 개별 점수 없음

평가 목적과 평가 영역

1. OPIc의 평가 목적은 아래와 같습니다.

❶ 수험자가 외국어를 활용해 어떤 일을 할 수 있는지 측정하는 것
❷ 실생활의 목적들과 연관하여 언어 기술을 사용할 수 있을지 측정하는 것

수험자가 얼마나 오랫동안 외국어를 학습했는지, 언제, 어디에서, 어떤 이유로 어떻게 습득하였는지 보다는 수험자의 본질적인 언어 활용 능력을 측정하는 데에 초점이 맞춰져 있다는 것을 알 수 있습니다.

2. 상세한 평가 영역은 총 4가지이고 아래와 같습니다.

과제 난이도 수행 능력 Global Tasks/Functions	문장 구조, 관용구, 문법 Context/Content	주제 관련 표현, 발화량 Accuracy/ Comprehensibility	강세, 발음 Text Type
특정 과제를 수행하기 위한 언어 능력 측정	과제 수행을 하기 위해 사용하는 언어 문맥 및 내용의 범위	답변의 보편적 이해도, 정확성, 수용성 측정	답변의 길이와 구성 능력 (단위: 단어, 구, 문장, 접합된 문장들, 문단)

우리가 흔히 알고 있는 문법(Grammar), 어휘(Vocabulary), 발음(Pronunciation) 등의 요소는 위 평가영역 중 하나의 영역에 포함된 요소에 불과한데, OPIc은 총체적이고 다면적인 언어 수행 능력을 평가하는 시험이라는 것을 보여줍니다.

주제별 문제 유형 및 난이도

높은 등급을 받으려면 **나를 비롯한 우리, 주변 사물이나 서비스, 사회에 대한 답변이 가능**해야 합니다. 또한 주변에서 발생하는 사건이나 본인이 느끼는 감정에 대해 **다양한 시제**를 활용해 답변할 수 있어야 합니다. 세 가지 prompt 별로 요구되는 역량은 아래와 같습니다.

Novice Prompt	Intermediate Prompt	Advanced Prompt
나의 이야기, 단순 묘사	장소 묘사, 특정 일과 설명, 순차적으로 과거 설명, 질문하기(롤플레이)	과거 특정 에피소드 설명, 과거/현재 비교, 상황 해결하기(롤플레이)

등급 체계

OPIc은 면대면 인터뷰인 OPI를 최대한 인터뷰와 가깝게 만든 iBT 기반의 응시자 친화형 외국어 말하기 평가입니다.

NL Novice Low	NM Novice Mid	NH Novice High	IL Intermediate Low	IM Intermediate Mid	IH Intermediate High	AL Advanced Low

	LEVEL	레벨별 요약설명
AL	Advanced Low	생각, 경험을 유창히 표현하는 수준, 일관적인 시제 관리, 묘사 및 설명에 다양한 형용사를 사용, 적절한 접속사/연결어 사용으로 문장 간의 결속력이 높고 문단의 구조를 능숙히 구성한다. 익숙하지 않은 복잡한 상황에서도 문제를 설명, 해결할 수 있다.
IH	Intermediate High	문법적으로 크게 오류가 없는 문단 단위의 언어를 구사하고 기본적인 토론과 업무 관련 의사소통이 가능하다. 익숙하지 않거나 예측하지 못한 복잡한 상황을 만날 때, 대부분의 상황에서 사건을 설명하고 문제를 효과적으로 해결 가능하다. 발화량이 많고 다양한 어휘를 사용한다.
IM	Intermediate Mid	문법적 오류를 범하나 문장 단위의 언어를 구사하고 깊은 토론 외의 의사소통이 가능하다. 일상적인 소재 및 익숙한 상황을 문장으로 표현할 수 있다. 다양한 문장 형식이나 어휘를 실험적으로 사용하려고 하며 상대방이 조금만 배려해 주면 오랜 시간 대화가 가능하다.
IL	Intermediate Low	일상적인 소재에 한해서 짧은 문장으로 구성하며 말할 수 있다. 대화에 참여하고 선호하는 소재에서는 자신감을 가지고 말할 수 있다.
NH	Novice High	단어나 어구를 통한 의사소통이 가능하며, 일상적이고 간단한 대화가 가능하다. 일상적인 소재에 대해 복합적인 단어 혹은 문장으로 말할 수 있다.
NM	Novice Mid	이미 암기한 단어나 문장으로 말하기를 할 수 있다.
NL	Novice Low	제한적인 수준이지만 영어 단어를 나열하며 말할 수 있다.

IM 등급은 Fluency, Delivery, Production을 기준으로 IM1(하), IM2(중), IM3(상)으로 세분화 되어 제공합니다.

Background Survey

본 시험을 시작하기 전 Background Survey 응답을 기초로 개인 맞춤형 문항이 출제됩니다. 단기간 목표 등급 획득을 위한 추천 선택지를 아래와 같이 제시합니다.

1. 현재 귀하는 어느 분야에 종사하고 계십니까?
   □ 사업/회사   □ 재택근무/재택사업   □ 교사/교육자   □ 군 복무   ☑ **일 경험 없음**

   1.1. 현재 귀하는 직업이 있으십니까?
   □ 네   ☑ **아니오**

2. 현재 귀하는 학생이십니까?
   □ 네   ☑ **아니오**

   2.2. 최근 어떤 강의를 수강했습니까?
   □ 학위 과정 수업
   □ 전문 기술 향상을 위한 평생 학습
   □ 어학 수업
   ☑ **수업 등록 후 5년 이상 지남**

3. 현재 귀하는 어디에 살고 계십니까?
   ☑ **개인 주택이나 아파트에 홀로 거주**
   □ 친구나 룸메이트와 함께 주택이나 아파트에 거주
   □ 가족(배우자/자녀/기타 가족 일원)과 함께 주택이나 아파트에 거주
   □ 학교 기숙사
   □ 군대 막사

아래의 4~7번 문항에서 12개 이상을 선택해 주시기 바랍니다.

4. 귀하는 여가 활동으로 주로 무엇을 하십니까? (두개 이상 선택)

☑ **영화 보기**　　　　　　　☑ **클럽/나이트 클럽 가기**　　　☐ 술집/바에 가기
☐ 박물관 가기　　　　　　　☑ **공원 가기**　　　　　　　　☐ 당구 치기
☐ 스포츠 관람　　　　　　　☐ 주거 개선　　　　　　　　　☐ 시험대비 과정 수강하기
☐ 게임하기　　　　　　　　☐ 친구들에게 문자 대화하기　　☐ 뉴스 보거나 듣기
☐ SNS에 글 올리기　　　　☐ 리얼리티쇼 시청하기　　　　☐ 쇼핑하기
☐ TV보기　　　　　　　　☐ 스파/마사지샵 가기　　　　　☐ 구직활동 하기
☐ 요리 관련 프로그램 시청하기　☑ **공연 보기**　　　　　　　☑ **콘서트 보기**
☐ 차로 드라이브하기　　　　☐ 캠핑하기　　　　　　　　　☑ **해변 가기**
☐ 카페/커피 전문점 가기　　☐ 체스하기　　　　　　　　　☐ 자원 봉사하기

5. 귀하의 취미나 관심사는 무엇입니까? (한 개 이상 선택)

☐ 아이에게 책 읽어주기　　　☑ **음악 감상하기**　　　　　☐ 악기 연주하기
☐ 글쓰기(편지, 단문, 시 등)　☐ 그림 그리기　　　　　　　☐ 요리하기
☐ 독서　　　　　　　　　☐ 주식 투자하기　　　　　　☐ 신문 읽기
☐ 사진 촬영하기　　　　　☐ 혼자 노래 부르거나 합창하기　☐ 춤추기

6. 귀하는 주로 어떤 운동을 즐기십니까? (한 개 이상 선택)

☐ 농구　　　　　　　　　☐ 야구/소프트볼　　　　　　☐ 축구
☐ 미식 축구　　　　　　　☐ 하키　　　　　　　　　　☐ 크리켓
☐ 골프　　　　　　　　　☐ 배구　　　　　　　　　　☐ 테니스
☐ 배드민턴　　　　　　　☐ 탁구　　　　　　　　　　☐ 수영
☐ 자전거　　　　　　　　☐ 스키/스노보드　　　　　　☐ 아이스 스케이트
☑ **조깅**　　　　　　　　☑ **걷기**　　　　　　　　　☐ 요가
☐ 하이킹/트레킹　　　　　☐ 낚시　　　　　　　　　　☐ 헬스
☐ 태권도　　　　　　　　☐ 운동 수업 수강하기　　　　☑ **운동을 전혀 하지 않음**

7. 당신은 어떤 휴가나 출장을 다녀온 경험이 있습니까? (한 개 이상 선택)

☐ 국내 출장　　　　　　　☐ 해외 출장　　　　　　　　☑ **집에서 보내는 휴가**
☑ **국내 여행**　　　　　　☐ 해외 여행

60일 학습플래너

DAY 1	DAY 2	DAY 3	DAY 4	DAY 5
☐ 1강 자기소개	☐ 2강 집 묘사	☐ 3강 집에서 일과 묘사	☐ 4강 이웃과의 첫 만남 묘사 ☐ 복습 <집>	☐ 5강 이웃과의 관계

DAY 6	DAY 7	DAY 8	DAY 9	DAY 10
☐ 6강 살고 있는 동네 묘사	☐ 7강 어릴 적 동네와 현재 비교	☐ 8강 좋아하는 영화 장르 묘사 ☐ 복습 <이웃&동네>	☐ 9강 영화를 볼 때의 활동 묘사	☐ 10강 인상 깊게 본 영화

DAY 11	DAY 12	DAY 13	DAY 14	DAY 15
☐ 11강 좋아하는 배우 묘사	☐ 12강 집에서 보내는 휴가 중 하는 일 묘사 ☐ 복습 <영화>	☐ 13강 집에서 휴가 중 만나고 싶은 사람	☐ 14강 집에서 보낸 휴가 중 기억에 남는 경험	☐ 15강 즐겨 듣는 음악 장르 및 음악가 묘사 ☐ 복습 <집에서 보내는 휴가>

DAY 16	DAY 17	DAY 18	DAY 19	DAY 20
☐ 16강 음악을 듣는 장소와 시간 묘사	☐ 17강 음악에 관심을 갖게 된 경험 묘사	☐ 18강 공연(콘서트) 종류 묘사	☐ 19강 처음 공연(콘서트)을 본 경험	☐ 20강 공연 관람 전과 후에 하는 일 묘사 ☐ 복습 <음악&공연>

DAY 21	DAY 22	DAY 23	DAY 24	DAY 25
☐ 21강 즐겨 찾는 공원 묘사	☐ 22강 공원에서 주로 하는 활동 묘사	☐ 23강 공원에서 기억에 남는 경험 묘사	☐ 24강 조깅/걷기 장소 또는 시간 묘사	☐ 25강 조깅/걷기의 장단점 묘사

DAY 26	DAY 27	DAY 28	DAY 29	DAY 30
☐ 26강 조깅/걷기를 시작하게 된 계기	☐ 27강 조깅/걷기 중 문제 발생 묘사 ☐ 복습 <공원& 조깅/걷기>	☐ 28강 가장 좋아하는 해변 묘사	☐ 29강 해변에서 주로 하는 활동 묘사	☐ 30강 해변에서 인상적인 경험 묘사

DAY 31	DAY 32	DAY 33	DAY 34	DAY 35
☐ 31강 우리나라 사람들이 가는 휴가지 묘사	☐ 32강 여행 전 준비와 습관 묘사 ☐ 복습 <해변>	☐ 33강 (고난이도: 조깅) 다른 스포츠와 조깅 비교 묘사	☐ 34강 (고난이도: 공연) 지난 우리나라의 공연산업의 변화 묘사	☐ 35강 (고난이도: 음악감상) 음악감상을 위한 기술, 장비 묘사

DAY 36	DAY 37	DAY 38	DAY 39	DAY 40
☐ 36강 최근 구매한 가구 묘사 ☐ 복습 <고난이도>	☐ 37강 우리나라 재활용 시스템 설명	☐ 38강 교통수단 묘사	☐ 39강 자주 가는 식당 묘사	☐ 40강 커피숍의 과거와 현재 비교 묘사

DAY 41	DAY 42	DAY 43	DAY 44	DAY 45
☐ 41강 최근 몇 년간 외식 문화 변화 ☐ 복습 <37강-40강>	☐ 42강 우리나라 배달 문화 소개	☐ 43강 우리나라 계절 묘사	☐ 44강 우리나라 패션 트렌드 소개	☐ 45강 은행 업무 묘사

DAY 46	DAY 47	DAY 48	DAY 49	DAY 50
☐ 46강 주로 사용하는 인터넷 웹사이트 묘사 ☐ 복습 <41강-46강>	☐ 47강 일상생활에 편의를 주는 기술 묘사	☐ 48강 건강을 유지하기 위해 하는 활동 묘사	☐ 49강 요즘 젊은이들이 희망하는 기업 묘사	☐ 50강 우리나라와 해외 호텔 비교 묘사 ☐ 복습 <47강-49강>

DAY 51	DAY 52	DAY 53	DAY 54	DAY 55
☐ 51강 영화 감상에 대해 질문하기	☐ 52강 병원 진료 예약하기	☐ 53강 사고 싶은 물건에 대해 질문하기	☐ 54강 망가뜨린 물건에 대해 해결하기	☐ 55강 구매한 물건 문제 발견

DAY 56	DAY 57	DAY 58	DAY 59	DAY 60
☐ 56강 식당에서 지갑 분실 ☐ 복습 <51강-55강>	☐ 57강 항공편 지연 이유를 친구에게 설명	☐ 58강 재활용 관련 문제 발생	☐ 59강 친구의 약속 거절	☐ 60강 렌터카 관련 문제 해결 경험 ☐ 복습 <56강-60강>

이 책의 구성과 특징

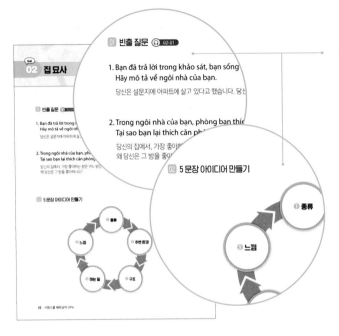

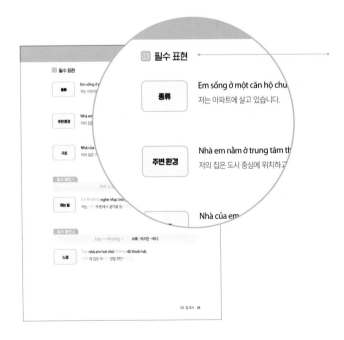

STEP 3

필수 패턴과 표현으로 나만의 답변 만들기!

시험에서 자주 활용할 수 있는 패턴과 표현을 익히고 나만의 답변을 대체할 수 있는 연습을 할 수 있습니다.

STEP 4

거미줄 템플릿으로 어떤 주제에도 활용 가능한 표현 학습!

정해져 있는 모범 답안 풀이가 아닌 하나의 표현을 여러 주제에 활용하는 방법을 제시하여, 나만의 답변을 만들 수 있습니다.

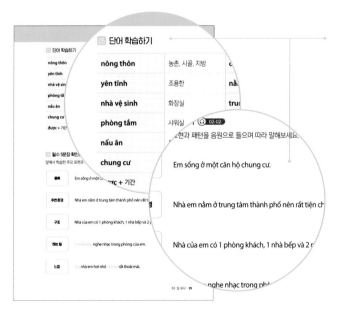

STEP 5, 6

한 눈에 보는 주요 어휘와 음원을 들으며 마무리하기!

주제별 주요 어휘 학습과 주요 표현을 원어민 음원으로 한 번 더 들으며 정리할 수 있습니다.

※ 도서와 연계된 온라인 강의는 vietnam.siwonschool.com에서 확인하실 수 있습니다. (유료 콘텐츠)

목차

PART 1

기본/선택 주제

01 빈출 질문 🎧 01-01

1. Chúng ta bắt đầu nói chuyện bằng tiếng Việt nhé.
   Hãy giới thiệu một chút về bạn.

   베트남어로 대화를 시작해 보겠습니다. 당신에 대해서 이야기 해주세요.

2. Chúng ta bắt đầu cuộc phỏng vấn nhé. Hãy giới thiệu một chút về bạn.

   인터뷰를 시작하겠습니다. 당신에 대해서 소개해 주세요.

02 5 문장 아이디어 만들기

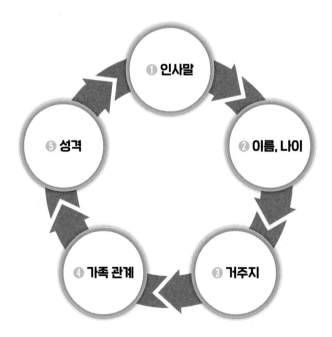

① 인사말
② 이름, 나이
③ 거주지
④ 가족 관계
⑤ 성격

03 필수 표현

<table>
<tr><td>인사말</td><td>Chào cô. Rất vui được gặp cô.
안녕하세요. 만나 뵙게 되어서 반갑습니다.</td></tr>
<tr><td>이름, 나이</td><td>Em tên là Anna. Năm nay em 28 tuổi.
제 이름은 안나입니다. 올해 28세입니다.</td></tr>
</table>

필수 패턴 1

sống ở ~   ~에서 살다

<table>
<tr><td>거주지</td><td>Em đang sống ở thành phố Seoul.
저는 서울시에서 살고 있습니다.</td></tr>
<tr><td>가족 관계</td><td>Gia đình em có 4 người; bố, mẹ, một anh trai và em.
저희 가족은 4명으로 아버지, 어머니, 오빠와 저입니다.</td></tr>
</table>

필수 패턴 2

là một người   ~한 사람이다

<table>
<tr><td>성격</td><td>Em là một người rất là vui tính.
저는 정말 쾌활한 성격의 사람입니다 (쾌활한 성격입니다).</td></tr>
</table>

앞에서 학습한 표현과 패턴을 활용하여 답변을 연습해 보세요.

Chào cô. Rất vui được gặp / cô.

안녕하세요. 만나 뵙게 되어서 반갑습니다.

Em tên là Anna. Năm nay / em 28 tuổi.

제 이름은 안나입니다. 올해 28세입니다.

Còn tính / theo tuổi Hàn Quốc / thì / 30.

그런데 한국 나이로는 30살입니다.

Em đang sống ở / thành phố Seoul.

저는 서울시에서 살고 있습니다.

Em làm giáo viên / tiếng Việt / ở trung tâm Siwon School.

저는 시원스쿨에서 베트남어 선생님을 하고 있습니다.

Gia đình em / có 4 người; / bố, mẹ, một anh trai / và em.

제 가족은 4명으로 아버지, 어머니, 오빠 한 명과 저입니다.

Em là con út / trong gia đình / nên / được bố mẹ / chiều chuộng lắm.

저는 막내라서 부모님의 사랑을 많이 받았습니다.

Em là một người / rất là / vui tính.

저는 정말 쾌활한 성격의 사람입니다(쾌활한 성격입니다).

Cho nên là / xung quanh em / có rất nhiều bạn bè.

그래서 제 주변에는 친구들이 정말 많습니다.

Hàn Quốc	한국	con út	막내
ít nói	말수가 적은	chiều chuộng	예뻐하다
nhân viên	회사원, 직원	xung quanh	주변, 주위
công ty	회사		

06 필수 5문장 확인하기 🎧 01-02

앞에서 학습한 주요 표현과 패턴을 음원으로 들으며 따라 말해보세요.

인사말	Chào cô. Rất vui được gặp cô.
이름, 나이	Em tên là Anna. Năm nay em 28 tuổi.
거주지	Em đang sống ở thành phố Seoul.
가족 관계	Gia đình em có 4 người; bố, mẹ, một anh trai và em.
성격	Em là một người rất là vui tính.

01 빈출 질문 🎧 02-01

1. Bạn đã trả lời trong khảo sát, bạn sống ở chung cư.
   Hãy mô tả về ngôi nhà của bạn.

   당신은 설문지에 아파트에 살고 있다고 했습니다. 당신의 집에 대해 묘사하세요.

2. Trong ngôi nhà của bạn, phòng bạn thích nhất là phòng nào?
   Tại sao bạn lại thích căn phòng đó?

   당신의 집에서, 가장 좋아하는 방은 어느 방인가요?
   왜 당신은 그 방을 좋아하나요?

02 5 문장 아이디어 만들기

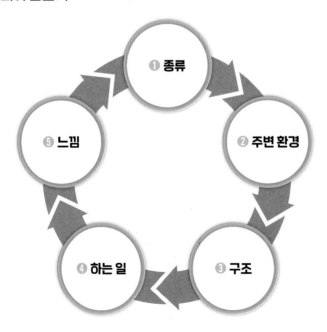

- ❶ 종류
- ❷ 주변 환경
- ❸ 구조
- ❹ 하는 일
- ❺ 느낌

| 종류 | Em sống ở một căn hộ chung cư.
저는 아파트에 살고 있습니다. |

| 주변 환경 | Nhà em nằm ở trung tâm thành phố nên rất tiện cho việc đi lại.
저의 집은 도시 중심에 위치하고 있어서 이동하는 일이 정말 편리합니다. |

| 구조 | Nhà của em có 1 phòng khách, 1 nhà bếp và 2 phòng ngủ.
저의 집은 거실 하나, 주방 하나 그리고 침실이 두 개 있습니다. |

필수 패턴 1

주어 + thường ~   보통 ~하다

| 하는 일 | Em thường nghe nhạc trong phòng của em.
저는 보통 제 방에서 음악을 듣습니다. |

필수 패턴 2

tuy ~ nhưng ~   비록 ~하지만 ~하다

| 느낌 | Tuy nhà em hơi nhỏ nhưng rất thoải mái.
비록 제 집은 작지만 정말 편안합니다. |

04 답변 연습하기

앞에서 학습한 표현과 패턴을 활용하여 답변을 연습해 보세요.

Em sống ở / một căn hộ chung cư.

저는 아파트에 살고 있습니다.

Em sống ở đây / lâu rồi.

저는 여기에 산 지 오래 되었습니다.

Em ở đây / được khoảng 4 năm.

저는 약 4년 되었습니다.

Em đang sống chung / với bố mẹ.

저는 부모님과 함께 살고 있습니다.

Nhà em / nằm ở / trung tâm thành phố / nên rất tiện / cho việc đi lại.

저의 집은 도시 중심에 위치하고 있어서 이동하는 일이 정말 편리합니다.

Với lại, / gần nhà em / có một công viên đẹp.

게다가, 집 근처에는 예쁜 공원이 있습니다.

Nhà của em / có 1 phòng khách, / 1 nhà bếp / và 2 phòng ngủ.

저의 집은 거실 하나, 주방 하나 그리고 침실이 두 개 있습니다.

Em thường nghe nhạc / trong phòng của em.

저는 보통 제 방에서 음악을 듣습니다.

Tuy nhà em / hơi nhỏ / nhưng rất thoải mái.

비록 제 집은 작지만 정말 편안합니다.

단어 학습하기

nông thôn	농촌, 시골, 지방	chung	함께, 같이
yên tĩnh	조용한	nằm ở	~에 위치해 있다
nhà vệ sinh	화장실	trung tâm thành phố	시내 중심
phòng tắm	샤워실	tiện	편리한
nấu ăn	요리하다	đi lại	오고 가다
chung cư	아파트	thoải mái	편안한
được + 기간	~한 기간이 되다		

06 필수 5문장 확인하기 🎧 02-02

앞에서 학습한 주요 표현과 패턴을 음원으로 들으며 따라 말해보세요.

종류 — Em sống ở một căn hộ chung cư.

주변 환경 — Nhà em nằm ở trung tâm thành phố nên rất tiện cho việc đi lại.

구조 — Nhà của em có 1 phòng khách, 1 nhà bếp và 2 phòng ngủ.

하는 일 — Em thường nghe nhạc trong phòng của em.

느낌 — Tuy nhà em hơi nhỏ nhưng rất thoải mái.

집에서 일과 묘사

01 빈출 질문 🎧 03-01

1. Bạn đang sống một mình. Hãy mô tả về một ngày ở nhà của bạn.

    당신은 혼자 살고 있습니다. 집에서 하루 일과를 묘사하세요.

2. Vào những ngày trong tuần và cuối tuần, bạn thường làm gì ở nhà?

    주중과 주말에, 당신은 집에서 보통 무엇을 합니까?

02 5 문장 아이디어 만들기

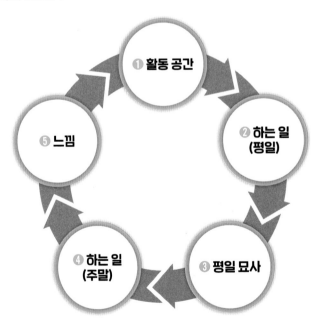

❶ 활동 공간

❷ 하는 일 (평일)

❸ 평일 묘사

❹ 하는 일 (주말)

❺ 느낌

03 필수 표현

활동 공간	Ở nhà, em thường ở trong phòng riêng của em.
	집에서, 저는 보통 제 방에 있습니다.

하는 일 (평일)	Sau khi thức dậy, em thường dọn giường và mở cửa sổ.
	일어난 후에, 저는 침대를 정리하고 창문을 엽니다.

평일 묘사	Em phải đi làm từ sáng sớm, về đến nhà muộn nên không có thời gian ở nhà.
	저는 아침 일찍부터 출근을 해야 하고, 집에 늦게 귀가해서 집에 있는 시간이 없습니다.

필수 패턴 1

nếu mà ~ thì ~   만약 ~ 하면 ~하다

하는 일 (주말)	Nếu mà không có việc làm hay là vào cuối tuần thì em thường đọc sách hay nghe nhạc trong phòng.
	만약 일이 없거나 주말에는 저는 보통 방 안에서 책을 읽거나 음악을 듣습니다.

필수 패턴 2

khi ~ cảm thấy ~   ~할 때 ~하게 느끼다

느낌	Khi nghe nhạc ở đây, em cảm thấy rất là thoải mái.
	여기에서 음악을 들을 때, 저는 정말 편안함을 느낍니다.

04 답변 연습하기

앞에서 학습한 표현과 패턴을 활용하여 답변을 연습해 보세요.

Ở nhà, / em thường ở / trong phòng riêng của em.
집에서, 저는 보통 제 방에 있습니다.

Phòng em / có một cái giường, / bàn ghế / và hai cái cửa sổ.
제 방에는 침대 하나, 책상과 의자 그리고 창문이 두 개 있습니다.

Hai cái cửa sổ này / rất to / nên / phòng em có / nhiều ánh nắng.
이 두 개 창문은 정말 커서 제 방은 햇볕이 잘 들어옵니다.

Sau khi thức dậy, / em thường dọn giường / và mở cửa sổ.
일어난 후에, 저는 침대를 정리하고 창문을 엽니다.

Sau đó, / em phải chuẩn bị đi làm.
그 후에, 저는 출근 준비를 해야합니다.

Em đi tắm, / rửa mặt và mặc quần áo rồi / thì đi làm ngay.
샤워를 하러 가고, 세수 그리고 옷을 입고 바로 출근을 합니다.

Em phải đi làm / từ sáng sớm, về đến nhà muộn / nên không có thời gian ở nhà.
저는 아침 일찍부터 출근을 해야 하고, 집에 늦게 귀가해서 집에 있는 시간이 없습니다.

Nếu mà không có việc làm / hay là / vào cuối tuần thì em thường đọc sách hay / nghe nhạc trong phòng.
만약 일이 없거나 주말에는 저는 보통 방 안에서 책을 읽거나 음악을 듣습니다.

Đó là khoảng thời gian mà / em thích nhất.
그것은 제가 가장 좋아하는 시간입니다.

Khi nghe nhạc / và đọc sách ở đây, / em cảm thấy rất là thoải mái.
여기에서 음악을 들을 때, 저는 정말 편안함을 느낍니다.

05 단어 학습하기

trong	~안에	**mở cửa sổ**	창문을 열다
phòng riêng	개인 방	**rửa mặt**	세수하다
to	큰	**mặc quần áo**	옷을 입다
ánh nắng	햇빛	**thoải mái**	편안한
dọn giường	침대 정리		

06 필수 5문장 확인하기 🎧 03-02

앞에서 학습한 주요 표현과 패턴을 음원으로 들으며 따라 말해보세요.

활동 공간	Ở nhà, em thường ở trong phòng riêng của em.

하는 일 (평일)	Sau khi thức dậy, em thường dọn giường và mở cửa sổ.

평일 묘사	Em phải đi làm từ sáng sớm, về đến nhà muộn nên không có thời gian ở nhà.

하는 일 (주말)	Nếu mà không có việc làm hay là vào cuối tuần thì em thường đọc sách hay nghe nhạc trong phòng.

느낌	Khi nghe nhạc và đọc sách ở đây, em cảm thấy rất là thoải mái.

04 이웃과의 첫 만남 묘사

01 빈출 질문 🎧 04-01

1. Chúng ta nói về những hàng xóm của bạn nhé.
Bạn đã gặp họ khi nào? Lần đầu tiên gặp họ, bạn cảm thấy thế nào?

당신의 이웃에 대해 말해 보세요. 당신은 그들을 언제 만났습니까? 처음에 그들을 만났을 때, 어땠습니까?

2. Tôi muốn nghe những người hàng xóm của bạn. Họ là ai?
Bạn có thường gặp họ không?

당신의 이웃에 대해 듣고 싶습니다. 그들은 누구입니까? 당신은 보통 그들을 만납니까?

02 5 문장 아이디어 만들기

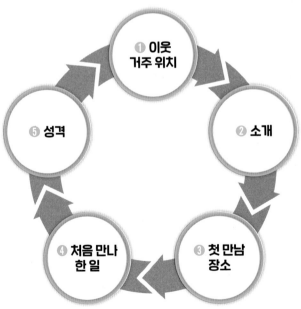

❶ 이웃 거주 위치
❷ 소개
❸ 첫 만남 장소
❹ 처음 만나 한 일
❺ 성격

이웃 거주 위치	Em sống ở một căn hộ chung cư, cạnh nhà em có một người hàng xóm.
	저는 아파트에 사는데, 제 옆 집에 이웃이 한 분 있습니다.

필수 패턴 1

có vẻ ~   ~처럼 보이다

소개	Bác ấy tên là Kim-Deok Gu, có vẻ như bác ấy đã 60 mấy tuổi.
	그 아저씨 성함은 김덕구이고, 60대 처럼 보입니다.

필수 패턴 2

lần đầu tiên khi ~   처음 ~했을 때

첫 만남 장소	Em gặp bác ấy lần đầu tiên khi mới chuyển nhà đến.
	제가 그 아저씨를 처음 만났을 때 막 이사를 했을 때 였습니다.

처음 만나 한 일	Bác ấy giúp em chuyển hành lý, chỉ đường đến ga tàu điện ngầm.
	그 아저씨는 제가 짐 나르는 것을 도와주셨고, 지하철 역 가는 길을 알려주셨습니다.

성격	Em thấy bác ấy rất là thân thiện và tốt bụng.
	제가 느끼기에 그 아저씨는 친절하고 마음이 따뜻합니다.

앞에서 학습한 표현과 패턴을 활용하여 답변을 연습해 보세요.

Em sống ở một căn hộ chung cư, / cạnh nhà em / có một người hàng xóm.

저는 아파트에 사는데, 제 옆 집에 이웃이 한 분 있습니다.

Bác ấy tên là Kim-Deok Gu, / có vẻ như bác ấy / đã 60 mấy tuổi.

그 아저씨 성함은 김덕구이고, 60대 처럼 보입니다.

Bác ấy là / chủ nhà ở chung cư của em.

그 아저씨는 제 집주인입니다.

Em gặp bác ấy lần đầu tiên khi mới chuyển nhà đến.

제가 그 아저씨를 처음 만났을 때 막 이사를 했을 때 였습니다.

Bác ấy giúp em chuyển hành lý, / chỉ đường đến ga tàu điện ngầm.

그 아저씨는 제가 짐 나르는 것을 도와주셨고, 지하철 역 가는 길을 알려주셨습니다.

Em nói cảm ơn / và bác ấy cười.

저는 감사하다고 말했고, 아저씨는 웃으셨습니다.

Trong 4 năm ở đây, / mỗi khi em gặp bác ấy thì / bác ấy luôn nở một nụ cười hiền lành.

여기 있는 4년 동안, 제가 그 아저씨를 만날 때 마다 아저씨는 항상 선하게 웃어 주셨습니다.

Em thấy / bác ấy rất là thân thiện / và tốt bụng.

제가 느끼기에 그 아저씨는 친절하고 마음이 따뜻합니다.

Em rất quý / bác hàng xóm của mình mà mong bác ấy / luôn khỏe mạnh.

저는 제 이웃인 아저씨께서 항상 건강하셨으면 좋겠습니다.

---

05 단어 학습하기

nhà riêng	개인 주택	**ga tàu điện ngầm**	지하철역
cạnh	옆	**nở**	피다, 번지다
chủ nhà	집주인	**hiền lành**	착한, 선한
chuyển nhà	이사하다	**thân thiện**	친절한
hành lý	짐	**tốt bụng**	마음이 따뜻한
chỉ đường	길을 알려주다	**mong**	바라다, 희망하다

06 필수 5문장 확인하기 🎧 04-02

앞에서 학습한 주요 표현과 패턴을 음원으로 들으며 따라 말해보세요.

이웃 거주 위치	Em sống ở một căn hộ chung cư, cạnh nhà em có một người hàng xóm.
소개	Bác ấy tên là Kim-Deok Gu, có vẻ như bác ấy đã 60 mấy tuổi.
첫 만남 장소	Em gặp bác ấy lần đầu tiên khi mới chuyển nhà đến.
처음 만나 한 일	Bác ấy giúp em chuyển hành lý, chỉ đường đến ga tàu điện ngầm.
성격	Em thấy bác ấy rất là thân thiện và tốt bụng.

01 빈출 질문 🎧 05-01

1. Tôi muốn nghe về những người hàng xóm của bạn. Họ là người như thế nào?

당신의 이웃들에 대해 듣고 싶습니다. 그들은 어떤 사람인가요?

2. Bạn có người hàng xóm nào thân không? Bạn thường làm gì với họ?

당신은 어느 이웃과 친합니까? 당신은 보통 그들과 무엇을 합니까?

02 5 문장 아이디어 만들기

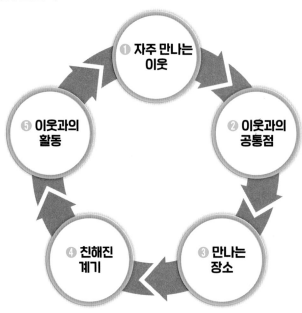

필수 표현

자주 만나는 이웃

Em thường gặp bác chủ nhà của em.

저는 보통 제 집주인 아저씨와 만납니다.

이웃과의 공통점

Vì sở thích của em là chạy bộ và bác ấy cũng thích chạy bộ lắm.

왜냐하면 제 취미는 조깅이고 아저씨 또한 조깅을 매우 좋아합니다.

만나는 장소

Cho nên là em thường gặp bác ấy ở công viên đó.

그래서 저는 보통 그 아저씨를 그 공원에서 만납니다.

필수 패턴 1

gần đây,   최근에

친해진 계기

Gần đây, bác ấy rủ em cùng chạy bộ.

최근에, 그 아저씨가 저에게 같이 조깅하자고 부릅니다.

필수 패턴 2

cùng nhau ~   함께, 서로

이웃과의 활동

Kể từ lúc đó, em và bác ấy thường đi chạy bộ cùng nhau.

그때부터, 저와 그 아저씨는 보통 함께 조깅을 합니다.

04 답변 연습하기

앞에서 학습한 표현과 패턴을 활용하여 답변을 연습해 보세요.

Em thường gặp / bác chủ nhà / của em.

저는 보통 제 집주인 아저씨와 만납니다.

Vì / sở thích của em là chạy bộ / và bác ấy cũng / thích chạy bộ lắm.

왜냐하면 제 취미는 조깅이고 아저씨 또한 조깅을 매우 좋아합니다.

Mỗi buổi sáng, / em đi chạy bộ / lúc 6, 7 giờ / ở công viên gần nhà.

아침마다, 저는 6, 7시에 집 근처 공원에서 조깅을 합니다.

Cho nên là / em thường gặp bác ấy / ở công viên đó.

그래서 저는 보통 그 아저씨를 그 공원에서 만납니다.

Bác ấy / 60 mấy tuổi mà / vẫn khỏe lắm.

그 아저씨는 60 몇 세이신데 여전히 매우 건강합니다.

Bác ấy / luôn / chạy nhanh hơn em.

그 아저씨는 항상 저보다 빨리 달립니다.

Gần đây, / bác ấy rủ em / cùng chạy bộ.

최근에, 그 아저씨가 저에게 같이 조깅하자고 부릅니다.

Kể từ lúc đó, / em và bác ấy / thường đi chạy bộ cùng nhau.

그때부터, 저와 아저씨는 보통 함께 조깅하러 갑니다.

05 단어 학습하기

sở thích	취미	**hơn**	~보다 더
mỗi buổi sáng	매일 아침	**rủ**	부르다
chạy	달리다		

06 필수 5문장 확인하기 🎧 05-02

앞에서 학습한 주요 표현과 패턴을 음원으로 들으며 따라 말해보세요.

자주 만나는 이웃	Em thường gặp bác chủ nhà của em.
이웃과의 공통점	Vì sở thích của em là chạy bộ và bác ấy cũng thích chạy bộ lắm.
만나는 장소	Cho nên là em thường gặp bác ấy ở công viên đó.
친해진 계기	Gần đây, bác ấy rủ em cùng chạy bộ.
이웃과의 활동	Kể từ lúc đó, em và bác ấy thường đi chạy bộ cùng nhau.

살고 있는 동네 묘사

01 빈출 질문 🎧 06-01

1. Chúng ta hãy nói về khu nhà của bạn. Hãy nói cho tôi biết có những gì gần nhà của bạn.

   우리 당신의 동네에 대해서 말해봅시다. 집 근처에 어떤 것들이 있는지 알려주세요.

2. Khu phố bạn đang sống là ở đâu? Nơi đó như thế nào?

   당신이 살고 있는 동네는 어디입니까? 그곳은 어떤가요?

02 5 문장 아이디어 만들기

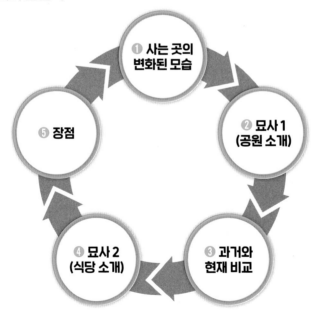

có nhiều điều khác ~   다른 점이 많이 있다

사는 곳의 변화된 모습

Từ trước đến giờ, em luôn sống ở trung tâm thành phố, nhưng ở đây có nhiều điều khác so với trước đây.

예전부터 지금까지, 저는 도시 중심에 살았지만 이곳은 예전에 비해 다른 점이 많이 있습니다.

묘사 1 (공원 소개)

Đầu tiên, gần đây có một công viên rộng và xanh đẹp.

첫 번째로, 근처에 넓고 예쁜 공원이 하나 있습니다.

trước đây thì ~ nhưng gần đây ~   예전에는~ 그러나 최근에

과거와 현재 비교

Trước đây thì ở đây không có công viên gần nhà.
Nhưng gần đây mới được xây dựng.

예전에는 집 근처에 공원이 없었습니다.
그러나 최근에 지어졌습니다.

묘사 2 (식당 소개)

Thứ hai, trong khu vực này có nhiều nhà hàng ngon.

두 번째로, 이 동네 안에 맛있는 식당이 많이 있습니다.

장점

Ở đây là trung tâm thành phố nên em ăn được nhiều món ăn ngon và đa dạng.

여기는 도시 중심이라서 맛있고 다양한 음식을 많이 먹을 수 있습니다.

앞에서 학습한 표현과 패턴을 활용하여 답변을 연습해 보세요.

★
Từ trước đến giờ, / em luôn sống ở trung tâm thành phố, nhưng ở đây / có nhiều điều khác / so với trước đây.

예전부터 지금까지, 저는 도시 중심에 살았지만 이곳은 예전에 비해 다른 점이 많이 있습니다.

Đầu tiên, / gần đây / có một công viên / rộng và xanh đẹp.

첫 번째로, 근처에 넓고 예쁜 공원이 하나 있습니다.

Trước đây thì / ở đây / không có công viên gần nhà.

예전에는 집 근처에 공원이 없었습니다.

Nhưng gần đây / mới được xây dựng.

그러나 최근에 지어졌습니다.

Nhờ có công viên này mà / em có thể đi dạo thoải mái / và thỉnh thoảng / em cũng chạy bộ / trong công viên / vào buổi sáng.

이 공원 덕분에 저는 편안하게 산책도 할 수 있고, 가끔 저는 아침에 공원에서 조깅도 합니다.

★   ★
Thứ hai, / trong khu vực này / có nhiều nhà hàng ngon.

두 번째로, 이 동네 안에 맛있는 식당이 많이 있습니다.

Ở đây là / trung tâm thành phố / nên em ăn được / nhiều món ăn ngon và đa dạng.

여기는 도시 중심이라서 맛있고 다양한 음식을 많이 먹을 수 있습니다.

Có thể nói / em rất thích / khu nhà của em.

저는 제 동네를 정말 좋아한다고 말할 수 있습니다.

05 단어 학습하기

thành phố	도시	đi dạo	산책하다
trung tâm	중심	nhà hàng ngon	맛집
rộng	넓은	đa dạng	다양한
xanh	푸른	khu nhà	동네, 단지
xây dựng	짓다, 건설하다		

06 필수 5문장 확인하기 🎧 06-02

앞에서 학습한 주요 표현과 패턴을 음원으로 들으며 따라 말해보세요.

사는 곳의 변화된 모습	Từ trước đến giờ, em luôn sống ở trung tâm thành phố, nhưng ở đây có nhiều điều khác so với trước đây.
묘사 1 (공원 소개)	Đầu tiên, gần đây có một công viên rộng và xanh đẹp.
과거와 현재 비교	Trước đây thì ở đây không có công viên gần nhà. Nhưng gần đây mới được xây dựng.
묘사 2 (식당 소개)	Thứ hai, trong khu vực này có nhiều nhà hàng ngon.
장점	Ở đây là trung tâm thành phố nên em ăn được nhiều món ăn ngon và đa dạng.

어릴 적 동네와 현재 비교

01 빈출 질문 🎧 07-01

1. Khu phố của bạn đã thay đổi như thế nào từ khi bạn còn nhỏ?

   당신의 동네는 어릴 때에 비해 어떻게 바뀌었습니까?

2. Hãy nói cho tôi biết sự khác biệt và điểm chung giữa khu phố của bạn khi nhỏ và bây giờ.

   당신의 동네에 대해 어릴 때와 지금의 다른 점과 같은 점을 말해주세요.

02 5 문장 아이디어 만들기

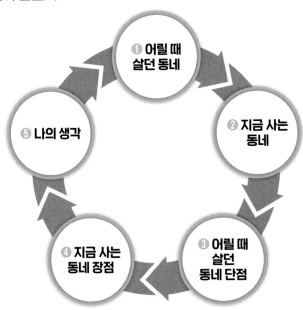

① 어릴 때 살던 동네
② 지금 사는 동네
③ 어릴 때 살던 동네 단점
④ 지금 사는 동네 장점
⑤ 나의 생각

필수 표현

khi còn nhỏ ~   어릴 때에~

어릴 때 살던 동네

Khi còn nhỏ, em đã sống ở một vùng nông thôn nhỏ.
어릴 때, 저는 작은 시골에 살았습니다.

지금 사는 동네

Còn sau khi em vào đại học, em đã chuyển đến Seoul.
그런데 제가 대학교에 입학하고 나서, 저는 서울로 이사를 갔습니다.

어릴 때 살던 동네 단점

Khi em ở nông thôn, có một điều đáng tiếc là cơ sở hạ tầng còn thiếu và yếu kém.
제가 시골에 있을 때, 하나 아쉬운 점은 인프라 시설이 여전히 부족하고 취약했던 것입니다.

지금 사는 동네 장점

Cả giao thông lẫn môi trường sống của đô thị đều rất là tiện lợi.
도시의 교통과 생활 환경이 모두 편리합니다.

hơn so với ~   ~보다는, ~(와)과 비교하여

나의 생각

Cho nên, em thích đô thị hơn so với nông thôn nhỏ.
그래서 저는 작은 시골 보다는 도시를 좋아합니다.

04 답변 연습하기

앞에서 학습한 표현과 패턴을 활용하여 답변을 연습해 보세요.

★
Khi còn nhỏ, / em đã sống / ở một vùng nông thôn nhỏ.
어릴 때, 저는 작은 시골에 살았습니다.

Đây là / một ngôi làng nhỏ bé / nên chắc người nước ngoài không biết tên.
여기는 작은 동네라서 외국인은 이름을 모를 것입니다.

★
Còn / sau khi em vào đại học, / em đã chuyển đến Seoul.
그런데 제가 대학교에 입학하고 나서, 저는 서울로 이사를 갔습니다.

★
Khi em ở nông thôn, / có một điều / đáng tiếc là cơ sở hạ tầng còn thiếu / và yếu kém.
제가 시골에 있을 때, 하나 아쉬운 점은 인프라 시설이 여전히 부족하고 취약했던 것입니다.

★
Nhất là / cái gì cũng xa nhà em.
특히 모든 것이 집에서 멀었습니다.

Ở Seoul, / có rất nhiều / nhà hàng ngon, / điểm du lịch, trung tâm thương mại.
서울에는 맛집, 여행지, 쇼핑센터가 정말 많습니다.

Cả giao thông / lẫn môi trường sống của đô thị / đều rất là tiện lợi.
도시의 교통과 생활 환경이 모두 편리합니다.

Cho nên, / em thích đô thị hơn / so với nông thôn nhỏ.
그래서 저는 작은 시골 보다는 도시를 좋아합니다.

---

05 단어 학습하기

vùng	지역	**yếu kém**	취약한
nông thôn	시골, 농촌	**điểm du lịch**	여행지
ngôi làng	마을	**trung tâm thương mại**	쇼핑센터
điều	점	**giao thông**	교통
cơ sở hạ tầng	인프라 시설	**môi trường sống**	생활환경
còn	여전히	**tiện lợi**	편리한
thiếu	부족한		

06 필수 5문장 확인하기 🎧 07-02

앞에서 학습한 주요 표현과 패턴을 음원으로 들으며 따라 말해보세요.

어릴 때 살던 동네 Khi còn nhỏ, em đã sống ở một vùng nông thôn nhỏ.

지금 사는 동네 Còn sau khi em vào đại học, em đã chuyển đến Seoul.

어릴 때 살던 동네 단점 Khi em ở nông thôn, có một điều đáng tiếc là cơ sở hạ tầng còn thiếu và yếu kém.

지금 사는 동네 장점 Cả giao thông lẫn môi trường sống của đô thị đều rất là tiện lợi.

나의 생각 Cho nên, em thích đô thị hơn so với nông thôn nhỏ.

01 빈출 질문 🎧 08-01

1. Bạn đã trả lời trong khảo sát, bạn thích xem phim.
   Bạn thích loại phim gì? Tại sao?

   당신은 설문지에서 영화 보는 것을 좋아한다고 대답했습니다. 당신은 어느 장르의 영화를 좋아합니까? 이유는 무엇입니까?

2. Hãy nói cho tôi biết lý do tại sao bạn thích xem phim và bạn hay xem phim thể loại nào.

   당신이 영화 보는 것을 좋아하는 이유와 어느 장르의 영화를 좋아하는지 말해주세요.

02 5 문장 아이디어 만들기

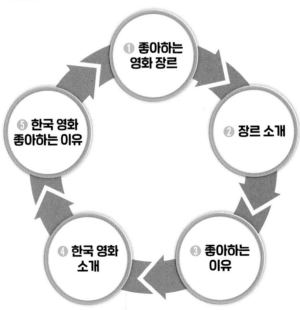

03 필수 표현

좋아하는 영화 장르

Em thích xem phim lắm. Loại phim nào em cũng thích.

저는 영화 보는 것을 매우 좋아합니다. 어느 장르나 좋아합니다.

필수 패턴 1

Trong số đó,   그 중에서,

장르 소개

Trong số đó, em thích xem phim hành động của Hàn Quốc nhất.

그 중에서, 한국 액션 영화를 가장 좋아합니다.

좋아하는 이유

Tại vì phim hành động giúp em xả stress.

왜냐하면 액션 영화가 스트레스 해소에 도움이 되기 때문입니다.

필수 패턴 2

càng ngày càng ~   날이 갈수록 ~하다

한국 영화 소개

Ngoài ra, hiện nay phim hành động của Hàn Quốc càng ngày càng phát triển.

그 밖에도, 요즘 한국 액션 영화가 날이 갈수록 발전하고 있습니다.

한국 영화 좋아하는 이유

Bối cảnh phim đẹp diễn viên có diễn xuất chuyên nghiệp và ngoại hình đẹp.

영화 장면이 예쁘고 아름답고 멋진 전문 배우가 출연합니다.

답변 연습하기

앞에서 학습한 표현과 패턴을 활용하여 답변을 연습해 보세요.

Em thích xem phim lắm. <u>Loại phim</u> nào / em cũng thích. ★

저는 영화 보는 것을 매우 좋아합니다. 어느 장르나 좋아합니다.

Trong số đó, / em thích / xem phim hành động / <u>của Hàn Quốc nhất.</u> ★

그 중에서, 한국 액션 영화를 가장 좋아합니다.

Tại vì / phim hành động / giúp em <u>xả stress.</u> ★

왜냐하면 액션 영화가 스트레스 해소에 도움이 되기 때문입니다.

Em thích / xem phim hành động / ở <u>rạp chiếu phim</u> / với màn hình lớn. ★

저는 영화관에서 큰 화면으로 액션 영화 보는 것을 좋아합니다.

Ngoài ra, / hiện nay / phim hành động của Hàn Quốc càng ngày càng <u>phát triển.</u> ★

그 밖에도, 요즘 한국 액션 영화가 날이 갈수록 발전하고 있습니다.

Bối cảnh phim đẹp / diễn viên có / diễn xuất chuyên nghiệp và ngoại hình đẹp.

영화 장면이 예쁘고 아름답고 멋진 전문 배우가 출연합니다.

Cho nên là / em thích xem phim hành động của Hàn Quốc.

그래서 한국의 액션 영화 보는 것을 좋아합니다.

---

giảm bớt	줄이다, 감소하다	bối cảnh	배경, 풍경
cẳng thẳng	스트레스	diễn viên	배우
rạp chiếu phim	영화관	diễn	연기하다
màn hình	스크린, 화면	chuyên nghiệp	전문의, 프로의
phát triển	발전하다	ngoại hình	외모, 외형

06 필수 5문장 확인하기 🎧 08-02

앞에서 학습한 주요 표현과 패턴을 음원으로 들으며 따라 말해보세요.

좋아하는 영화 장르	Em thích xem phim lắm. Loại phim nào em cũng thích.
장르 소개	Trong số đó, em thích xem phim hành động của Hàn Quốc nhất.
좋아하는 이유	Tại vì phim hành động giúp em xả stress.
한국 영화 소개	Ngoài ra, hiện nay phim hành động của Hàn Quốc càng ngày càng phát triển.
한국 영화 좋아하는 이유	Bối cảnh phim đẹp diễn viên có diễn xuất chuyên nghiệp và ngoại hình đẹp.

영화를 볼 때의 활동 묘사

---

01 빈출 질문 🎧 09-01

1. Gần đây bạn có đi xem phim không? Nếu bạn đi xem phim ở rạp chiếu phim thì bạn đã làm gì ở đó?

   최근에 당신은 영화를 보러 갔습니까? 만약 당신이 영화관에 영화를 보러 갔다면 당신은 거기에서 무엇을 했습니까?

2. Bạn thường xem phim ở đâu? Hãy nói cho tôi nghe bạn thường làm gì trước và sau khi xem phim.

   당신은 보통 어디에서 영화를 봅니까? 영화를 보기 전과 후에 무엇을 하는 지 말해주세요.

02 5 문장 아이디어 만들기

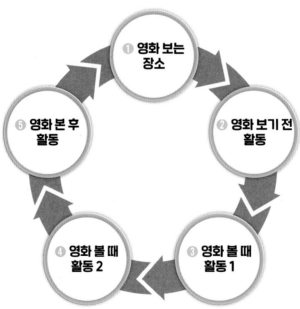

03 필수 표현

필수 패턴 1

đi ~ với ~   ~(와)과 함께 가다

영화 보는 장소

Em thường đi xem phim ở rạp phim ở gần nhà em.
Em thường đi xem phim với bạn bè.

저는 보통 집 근처 영화관에 영화를 보러 갑니다.
저는 보통 친구와 함께 영화를 보러 갑니다.

필수 패턴 2

một lúc   잠깐, 잠시 동안

영화 보기 전 활동

Trước khi đi xem phim, em đi shopping một lúc.

영화를 보기 전에, 저는 잠깐 쇼핑을 갑니다.

영화 볼 때 활동 1

Đến rạp chiếu phim, em mua một phần bắp rang bơ và một ly nước ngọt.

영화관에 도착하며, 저는 팝콘 하나와 음료 한 잔을 삽니다.

영화 볼 때 활동 2

Em thích vừa xem phim vừa ăn bắp rang.

저는 영화를 보면서 팝콘 먹는 것을 좋아합니다.

영화 본 후 활동

Sau khi xem phim xong, em thường đi ăn với bạn bè.

영화를 본 후에, 저는 보통 친구와 밥을 먹으러 갑니다.

04 답변 연습하기

앞에서 학습한 표현과 패턴을 활용하여 답변을 연습해 보세요.

Em thường đi xem phim / ở rạp phim ★ / ở gần nhà em.
저는 보통 집 근처 영화관에 영화를 보러 갑니다.

Em thường đi xem phim / với bạn bè.
저는 보통 친구와 함께 영화를 보러 갑니다.

Rạp chiếu phim đó / nằm trong một tòa nhà; / trung tâm mua sắm.
그 영화관은 쇼핑센터 안에 있습니다.

Trước khi đi xem phim, / em đi shopping một lúc.
영화를 보러 가기 전에, 저는 잠깐 쇼핑을 갑니다.

Đến rạp chiếu phim, / em mua một phần bắp rang bơ và một ly nước ngọt.
영화관에 도착해서, 저는 팝콘 하나와 음료 한 잔을 삽니다.

Em thích / vừa ★ xem phim / vừa ăn bắp rang.
저는 영화를 보면서 팝콘 먹는 것을 좋아합니다.

Sau khi xem phim xong, / em thường đi ăn / với bạn bè.
영화를 본 후에, 저는 보통 친구와 밥을 먹으러 갑니다.

Trong tòa nhà này, / có nhiều nhà hàng / ngon và rẻ.
이 건물 안에, 맛있고 저렴한 식당이 많이 있습니다.

Sau khi về nhà / thì / em thường tìm xem / những review về phim của người khác.
집에 와서 저는 보통 다른 사람의 영화 리뷰들을 찾아 봅니다.

05 단어 학습하기

nước suối	생수	bắp rang bơ	팝콘
bạn bè	친구	nước ngọt	음료수
nằm	위치하다	tòa nhà	건물
trung tâm mua sắm	쇼핑센터		

06 필수 5문장 확인하기 🎧 09-02

앞에서 학습한 주요 표현과 패턴을 음원으로 들으며 따라 말해보세요.

영화 보는 장소	Em thường đi xem phim ở rạp phim ở gần nhà em. Em thường đi xem phim với bạn bè.

영화 보기 전 활동	Trước khi đi xem phim, em đi shopping một lúc.

영화 볼 때 활동 1	Đến rạp chiếu phim, em mua một phần bắp rang bơ và một ly nước ngọt.

영화 볼 때 활동 2	Em thích vừa xem phim vừa ăn bắp rang.

영화 본 후 활동	Sau khi xem phim xong, em thường đi ăn với bạn bè.

인상 깊게 본 영화

01 **빈출 질문** 🎧 10-01

1. Tôi cũng thích xem phim lắm.
   Hãy giới thiệu cho tôi một bộ phim bạn thấy ấn tượng nhất.

   나 또한 영화 보는 것을 좋아해요. 나에게 당신이 가장 인상 깊었던 영화 하나를 소개해 주세요.

2. Tôi muốn hỏi, bộ phim mà bạn đã xem lần đầu tiên ở rạp chiếu phim
   là bộ phim gì? Nó có ảnh hưởng gì đến bạn?

   궁금한 게 있는데, 당신이 영화관에서 처음 본 영화는 무엇입니까?
   그 영화는 당신에게 무슨 영향을 주었습니까?

02 **5 문장 아이디어 만들기**

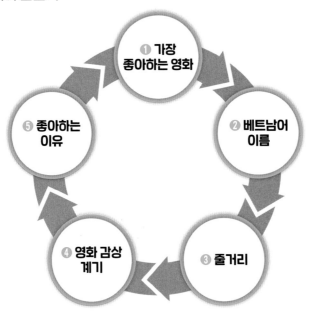

❶ 가장 좋아하는 영화
❷ 베트남어 이름
❸ 줄거리
❹ 영화 감상 계기
❺ 좋아하는 이유

03 필수 표현

| 가장 좋아하는 영화 | Trong những bộ phim hành động hay của Hàn Quốc phim mà em ấn tượng nhất là phim "도둑들".
액션 영화나 한국 영화 중에서 제가 가장 인상 깊었던 영화는 "도둑들"입니다. |

필수 패턴 1

gọi là ~   ~라고 부르다

| 베트남어 이름 | Phim này tiếng Việt gọi là ĐỘI QUÂN SIÊU TRỘM.
이 영화는 베트남어로 "ĐỘI QUÂN SIÊU TRỘM"이라고 부릅니다. |

| 줄거리 | Phim kể về những tên trộm đến từ Hàn Quốc và Hồng Kông thực hiện một phi vụ cướp kim cương.
영화는 한국과 홍콩에서 온 도둑들이 다이아몬드를 절도하는 사건에 대해 이야기하고 있습니다. |

필수 패턴 2

Lý do mà ~ là vì   이유는 ~이기 때문이다

| 영화 감상 계기 | lý do mà em thích bộ phim này là vì em là fan của diễn viên Kim-Su-Hyun.
제가 이 영화를 좋아하게 된 이유는 저는 배우 김수현의 팬이기 때문입니다. |

| 좋아하는 이유 | Tuy nhiên, các nhân vật chính trong tác phẩm này cũng đẹp và diễn hay.
그러나, 이 작품의 주연들 또한 예쁘고, 멋있고, 연기도 잘합니다. |

04 답변 연습하기

앞에서 학습한 표현과 패턴을 활용하여 답변을 연습해 보세요.

Trong những bộ phim hành động hay / của Hàn Quốc / phim mà / em ấn tượng nhất là / phim "도둑들".

액션 영화나 한국 영화 중에서 제가 가장 인상 깊었던 영화는 "도둑들"입니다.

Phim này / tiếng Việt gọi là / ĐỘI QUÂN SIÊU TRỘM.

이 영화는 베트남어로 "ĐỘI QUÂN SIÊU TRỘM"이라고 부릅니다.

Đó là / bộ phim hành động Hàn Quốc / rất nổi tiếng.

그것은 정말 유명한 한국 액션 영화입니다.

Có lẽ, / hầu hết mọi người Hàn Quốc / biết tên phim này.

아마도, 거의 모든 한국 사람들은 이 영화의 이름을 알 것입니다.

Nội dung phim này / cũng hay.

이 영화의 내용 또한 재미있습니다.

Phim kể về / những tên trộm đến từ Hàn Quốc và Hồng Kông thực hiện một phi vụ cướp kim cương.

영화는 한국과 홍콩에서 온 도둑들이 다이아몬드를 절도하는 사건에 대해 이야기하고 있습니다.

Lý do mà / em thích bộ phim này là / vì em là fan / của diễn viên Kim-Su-Hyun.

제가 이 영화를 좋아하게 된 이유는 저는 배우 김수현의 팬이기 때문입니다.

Anh ấy là / một nhân vật chính / trong tác phẩm này.

그는 이 작품의 주연 배우 중 한 명입니다.

Tuy nhiên, / các nhân vật chính / trong tác phẩm này cũng đẹp / và diễn hay.

그러나, 이 작품의 주연들 또한 예쁘고, 멋있고, 연기도 잘합니다.

Nếu cô Mai / cũng thích phim Hàn Quốc / thì / em giới thiệu cô / xem bộ phim này.

만약 Mai 씨도 한국 영화를 좋아한다면 제가 이 영화를 소개해 드리겠습니다.

05 단어 학습하기

người	사람	**trộm**	도둑
bộ phim	영화	**thực hiện**	실행하다
ấn tượng	인상	**diễn viên**	배우
nổi tiếng	유명한	**nhân vật chính**	주연 배우
hầu hết	거의, 모두	**tác phẩm**	작품
nội dung	내용	**giới thiệu**	소개하다
kể	말하다		

06 필수 5문장 확인하기

앞에서 학습한 주요 표현과 패턴을 음원으로 들으며 따라 말해보세요.

가장 좋아하는 영화	Trong những bộ phim hành động hay của Hàn Quốc phim mà em ấn tượng nhất là phim "도둑들".
베트남어 이름	Phim này tiếng Việt gọi là ĐỘI QUÂN SIÊU TRỘM.
줄거리	Phim kể về những tên trộm đến từ Hàn Quốc và Hồng Kông thực hiện một phi vụ cướp kim cương.
영화 감상 계기	Lý do mà em thích bộ phim này là vì em là fan của diễn viên Kim-Su-Hyun.
좋아하는 이유	Tuy nhiên, các nhân vật chính trong tác phẩm này cũng đẹp và diễn hay.

좋아하는 배우 묘사

01 빈출 질문 🎧 11-01

1. Bạn có thích diễn viên nào không?
   Diễn viên đó đã đóng vai gì trong những bộ phim?

   당신이 좋아하는 배우가 있습니까? 그 배우는 영화에서 무슨 역할을 했습니까?

2. Bạn thường đi xem phim. Bạn thích diễn viên hoặc đạo diễn nào? Tại sao?

   당신은 보통 영화를 보러 간다고 했습니다. 당신이 좋아하는 배우 또는 감독은 누구입니까? 이유는 무엇입니까?

02 5 문장 아이디어 만들기

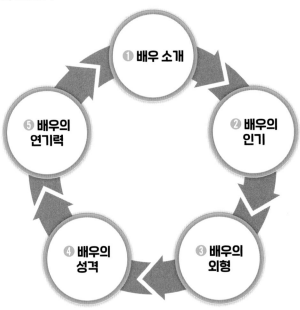

① 배우 소개
② 배우의 인기
③ 배우의 외형
④ 배우의 성격
⑤ 배우의 연기력

필수 패턴 1

trở thành ~   ~(이)가 되다

배우 소개

Có một anh diễn viên đã khiến em trở thành fan ruột của anh ấy.
Đó là anh Kim-Soo-Hyun.

제가 열렬한 팬이 된 배우가 있습니다. 바로 김수현입니다.

필수 패턴 2

thậm chí, ~   심지어, ~조차도

배우의
인기

Thậm chí, nhiều người nước ngoài cũng biết anh ấy.

심지어, 많은 외국인들 또한 그를 압니다.

배우의
외형

Anh ấy cao 180cm và em thích lông mày rậm của anh ấy.

그는 키가 180cm 이고, 저는 그의 진한 눈썹을 좋아합니다.

배우의
성격

Tính cách của anh ấy cũng rất hiền lành và khiêm tốn.

그의 성격 또한 착하고 겸손합니다.

배우의
연기력

Anh ấy luôn khiến người xem khóc nức nở.

그는 항상 보는 사람들을 울게 만듭니다.

04 답변 연습하기

앞에서 학습한 표현과 패턴을 활용하여 답변을 연습해 보세요.

Có một anh <u>diễn viên</u> ★ / đã khiến em / trở thành <u>fan ruột</u> ★ của anh ấy. / Đó là / anh Kim-Soo-Hyun.

제가 열렬한 팬이 된 배우가 있습니다. 바로 김수현입니다.

Anh ấy là / một trong những diễn viên / được <u>yêu thích nhất</u> ★ / tại Hàn Quốc.

그는 한국에서 가장 사랑받은 배우들 중 한 명입니다.

Thậm chí, ★ / nhiều <u>người nước ngoài</u> / cũng biết anh ấy.

심지어, 많은 외국인들 또한 그를 압니다.

Ở Hàn Quốc, / có nhiều diễn viên đẹp trai / nhưng mà anh ấy thì <u>đặc biệt</u> ★.

한국에서, 잘생긴 배우는 많지만 그는 특별합니다.

Anh ấy cao 180cm / và em thích lông mày rậm / của anh ấy.

그는 키가 180cm 이고, 저는 그의 진한 눈썹을 좋아합니다.

★ <u>Tính cách</u> của anh ấy / cũng rất hiền lành / và khiêm tốn.

그의 성격 또한 착하고 겸손합니다.

Anh ấy được biết đến / với các tác phẩm phim tình cảm / như VÌ SAO ĐƯA ANH TỚI.

그는 별에서 온 그대 같은 로맨스 작품으로 알려졌습니다.

Anh ấy luôn / khiến người xem / khóc nức nở.

그는 항상 보는 사람들을 울게 만듭니다.

Em cũng khóc nhiều / mỗi khi xem tác phẩm của anh ấy.

저도 그의 작품을 볼 때마다 많이 울었습니다.

Em muốn được gặp anh ấy / ngoài đời một lần.

저는 살면서 그의 실물을 꼭 한 번 보고 싶습니다.

khiến	~(을)를 ~하게 하다	khiêm tốn	겸손한
fan ruột	열렬한 팬	tác phẩm	작품
yêu thích	좋아하다	phim tình cảm	로맨스 영화
lông mày rậm	진한 눈썹	khóc nức nở	흐느껴 울다
hiền lành	착한		

06 필수 5문장 확인하기 🎧 11-02

앞에서 학습한 주요 표현과 패턴을 음원으로 들으며 따라 말해보세요.

배우 소개	Có một anh diễn viên đã khiến em trở thành fan ruột của anh ấy. Đó là anh Kim-Soo-Hyun.
배우의 인기	Thậm chí, nhiều người nước ngoài cũng biết anh ấy.
배우의 외형	Anh ấy cao 180cm và em thích lông mày rậm của anh ấy.
배우의 성격	Tính cách của anh ấy cũng rất hiền lành và khiêm tốn.
배우의 연기력	Anh ấy luôn khiến người xem khóc nức nở.

집에서 보내는 휴가 중 하는 일 묘사

01 빈출 질문 🎧 12-01

1. Bạn cho biết rằng bạn thích nghỉ ở nhà trong những ngày nghỉ.
   Bạn thường làm gì ở nhà?

   당신은 휴일에 집에 있는 것을 좋아한다고 말했습니다. 당신은 집에서 보통 무엇을 하나요?

2. Hãy mô tả những ngày nghỉ của bạn.
   Kỳ nghỉ của bạn bắt đầu và kết thúc như thế nào?

   당신의 휴일에 대해서 묘사하세요. 당신의 휴일의 시작과 마무리는 어떤가요?

02 5 문장 아이디어 만들기

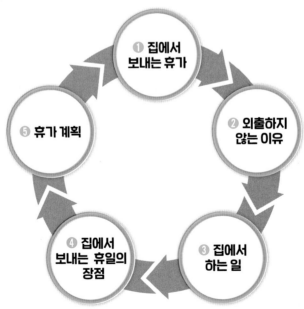

① 집에서 보내는 휴가

② 외출하지 않는 이유

③ 집에서 하는 일

④ 집에서 보내는 휴일의 장점

⑤ 휴가 계획

03 필수 표현

| 집에서
보내는 휴가 | khi nghỉ ngơi, em không thích đi ra ngoài chơi. Em thích nghỉ ở nhà.
쉴 때, 저는 외출하는 것을 좋아하지 않습니다. 저는 집에 있는 것을 좋아합니다. |

필수 패턴 1

~ và ~ nữa ~   그리고 ~또한

| 외출하지
않는 이유 | Ở ngoài thì hơi phức tạp vì luôn có nhiều xe đi lại và bụi mịn nữa.
항상 이동하는 차와 먼지 또한 많기 때문에 밖은 약간 복잡합니다. |

| 집에서
하는 일 | Em ở nhà cả ngày đọc sách, xem phim và nghe nhạc trong nhà.
저는 집에서 하루 종일 책을 읽고, 영화를 보고 음악을 듣습니다. |

필수 패턴 2

có thể tập trung vào ~   ~에 집중할 수 있다

| 집에서 보내는
휴일의 장점 | Ở nhà một mình thì rất yên tĩnh và thoải mái nên em có thể tập trung vào
những sở thích này.
집에서 혼자이면 정말 조용하고 편안해서 저는 이 취미들에 집중을 할 수 있습니다. |

| 휴가 계획 | Năm nay, em định đọc sách nhiều hơn.
올해, 저는 책을 더 많이 읽을 계획입니다. |

04 답변 연습하기

앞에서 학습한 표현과 패턴을 활용하여 답변을 연습해 보세요.

Khi nghỉ ngơi, / em không thích / đi ra ngoài chơi. Em thích nghỉ ở nhà.

쉴 때, 저는 외출하는 것을 좋아하지 않습니다. 저는 집에 있는 것을 좋아합니다.

Ở ngoài thì / hơi phức tạp / vì luôn có nhiều xe đi lại và bụi mịn nữa.

밖에는 항상 이동하는 차와 먼지 또한 많기 때문에 밖은 약간 복잡합니다.

Mặc dù / chỉ ở nhà thôi / nhưng em có nhiều thú vui.

비록 집에만 있을지라도 저는 재미있는 것들이 많습니다.

Em ở nhà cả ngày / đọc sách, xem phim / và nghe nhạc trong nhà.

저는 집에서 하루 종일 책을 읽고, 영화를 보고 음악을 듣습니다.

Ở nhà một mình / thì / rất yên tĩnh và thoải mái / nên em có thể / tập trung vào / những sở thích này.

집에서 혼자이면 정말 조용하고 편안해서 저는 이 취미들에 집중을 할 수 있습니다.

Năm nay, / em định đọc sách / nhiều hơn.

올해, 저는 책을 더 많이 읽을 계획입니다.

Lần này, / em sẽ đọc / ít nhất 20 quyển / vào kỳ nghỉ hè.

이번, 여름 휴가에 저는 최소한 20권의 책을 읽을 것입니다.

nấu ăn	요리하다	yên tĩnh	조용한
nghỉ	쉬다, 휴식하다	sở thích	취미
chơi	놀다	lần này	이번
bụi mịn	먼지	kỳ nghỉ hè	여름휴가(방학) 기간
cả ngày	하루종일		

06 필수 5문장 확인하기 🎧 12-02

앞에서 학습한 주요 표현과 패턴을 음원으로 들으며 따라 말해보세요.

| 집에서 보내는 휴가 | Khi nghỉ ngơi, em không thích đi ra ngoài chơi. Em thích nghỉ ở nhà. |

| 외출하지 않는 이유 | Ở ngoài thì hơi phức tạp vì luôn có nhiều xe đi lại và bụi mịn nữa. |

| 집에서 하는 일 | Em ở nhà cả ngày đọc sách, xem phim và nghe nhạc trong nhà. |

| 집에서 보내는 휴일의 장점 | Ở nhà một mình thì rất yên tĩnh và thoải mái nên em có thể tập trung vào những sở thích này. |

| 휴가 계획 | Năm nay, em định đọc sách nhiều hơn. |

13 집에서 휴가 중 만나고 싶은 사람

01 빈출 질문 🎧 13-01

1. Bạn muốn gặp ai trong những ngày nghỉ của bạn? Bạn thường làm gì với họ?

   당신은 휴일에 누구를 만나고 싶습니까? 당신은 보통 그들과 무엇을 합니까?

2. Bạn thích nghỉ ở nhà trong kỳ nghỉ.
   Bạn thường dành thời gian cho ai trong những ngày nghỉ?

   당신은 휴일에 집에서 쉬는 것을 좋아합니다. 당신은 보통 휴일에 누구와 시간을 보냅니까?

02 5 문장 아이디어 만들기

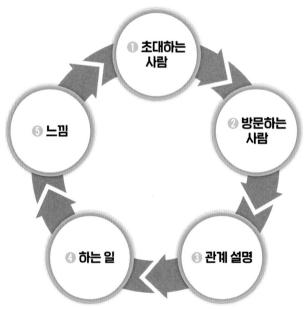

① 초대하는 사람
② 방문하는 사람
③ 관계 설명
④ 하는 일
⑤ 느낌

03 필수 표현

| 초대하는 사람 | Khi ở nhà, em thích mời người thân trong gia đình và bạn bè đến chơi.
집에 있을 때, 저는 가족의 지인과 친구들을 집으로 초대하는 것을 좋아합니다. |

| 방문하는 사람 | Em có một người bạn thân, tên là Trang.
친한 친구 한 명이 있는데, 이름은 Trang입니다. |

필수 패턴 1

tất cả mọi ~   모든

| 관계 설명 | Em và Trang có thể chia sẻ tất cả mọi thứ với nhau.
저와 Trang은 서로 모든 것을 공유할 수 있습니다. |

필수 패턴 2

hơn nữa, ~   게다가

| 하는 일 | Hơn nữa, Trang thích nấu ăn nên bạn ấy thường nấu cho em những món ăn ngon.
게다가, Trang은 요리하는 것을 좋아해서 그 친구는 보통 저에게 맛있는 음식을 해줍니다. |

| 느낌 | Em cảm thấy rất hài lòng khi trải qua một khoảng thời gian thoải mái cùng với bạn thân.
저는 친한 친구와 보내는 편안한 시간이 너무 만족스럽습니다. |

04 답변 연습하기

앞에서 학습한 표현과 패턴을 활용하여 답변을 연습해 보세요.

Khi ở nhà, / em thích mời người thân / trong gia đình và bạn bè / đến chơi.

집에 있을 때, 저는 가족의 지인과 친구들을 집으로 초대하는 것을 좋아합니다.

Em có một người bạn thân, / tên là Trang.

친한 친구 한 명이 있는데, 이름은 Trang입니다.

Em và Trang / có thể chia sẻ / tất cả mọi thứ với nhau.

저와 Trang은 서로 모든 것을 공유할 수 있습니다.

Bạn ấy / biết nhiều bí mật của em.

그 친구는 저의 많은 비밀을 알고 있습니다.

Chắc chắn / bạn ý sẽ giữ bí mật / cho em mãi mãi.

틀림없이 저의 비밀을 영원히 지켜줄 것입니다.

Khi Trang đến nhà em thì / bọn em thường / nói chuyện mấy tiếng đồng hồ.

Trang이 저의 집에 오면 저희는 보통 몇 시간이고 이야기를 합니다.

Hơn nữa, / Trang thích nấu ăn / nên bạn ấy thường nấu cho em / những món ăn ngon.

게다가, Trang은 요리하는 것을 좋아해서 그 친구는 보통 저에게 맛있는 음식을 해줍니다.

Bọn em chơi với nhau / lâu lắm rồi.

저희는 서로 오랫동안 알았습니다.

Bạn ấy rất giống em / và là / một người rất là quan trọng trong cuộc sống của em.

그 친구는 저와 정말 닮았고 제 삶에서 정말 중요한 사람입니다.

Em cảm thấy rất hài lòng / khi trải qua một khoảng thời gian thoải mái / cùng với bạn thân.

저는 친한 친구와 보내는 편안한 시간이 너무 만족스럽습니다.

mời	초대하다	chắc chắn	틀림없이
người thân	친한 사람	giữ	지키다, 유지하다
chia sẻ	공유하다, 나누다	mãi mãi	영원히
thứ	것	bọn em	저희들
bí mật	비밀	nói chuyện	이야기하다

06 필수 5문장 확인하기 🎧 13-02

앞에서 학습한 주요 표현과 패턴을 음원으로 들으며 따라 말해보세요.

초대하는 사람	Khi ở nhà, em thích mời người thân trong gia đình và bạn bè đến chơi.
방문하는 사람	Em có một người bạn thân, tên là Trang.
관계 설명	Em và Trang có thể chia sẻ tất cả mọi thứ với nhau.
하는 일	Hơn nữa, Trang thích nấu ăn nên bạn ấy thường nấu cho em những món ăn ngon.
느낌	Em cảm thấy rất hài lòng khi trải qua một khoảng thời gian thoải mái cùng với bạn thân.

집에서 보낸 휴가 중 기억에 남는 경험

01 빈출 질문 🎧 14-01

1. Tôi muốn biết một kỷ niệm đặc biệt ở nhà của bạn.
   Trong kỳ nghỉ của bạn, bạn đã làm gì ở nhà?

   나는 당신이 집에서 겪은 특별한 경험을 알고 싶습니다. 당신은 휴가 중, 집에서 무엇을 했습니까?

2. Hãy kể cho tôi, bạn đã làm gì trong kỳ nghỉ lần trước. Bạn đã làm gì mỗi ngày.

   당신이 지난 휴가 때 무엇을 했는지 말해주세요. 당신은 매일 무엇을 합니까?

02 5 문장 아이디어 만들기

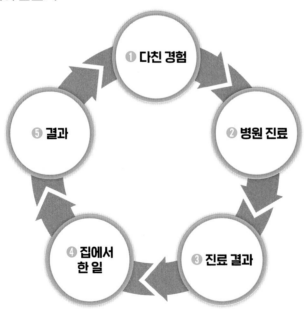

❶ 다친 경험
❷ 병원 진료
❸ 진료 결과
❹ 집에서 한 일
❺ 결과

필수 패턴 1

mấy năm trước ~   몇 년 전에~

다친 경험

À. Em nhớ mấy năm trước, em đã bị té khi đi bộ trên đường.

아. 몇 년 전이 기억나는데, 저는 길을 걷다가 넘어졌어요.

필수 패턴 2

nói rằng ~   ~라고 말하다

병원 진료

Em đi bệnh viện và cô bác sĩ nói rằng em phải nằm trên giường 2, 3 tuần.

저는 병원에 갔고, 의사 선생님께서 2, 3주 입원 해야 한다고 말씀하셨습니다.

진료 결과

Em bị gãy chân nặng nên em chỉ được ở nhà, không thể đi đâu cả.

저는 다리가 심하게 부러져서 오직 집에만 있어야 했고, 아무데도 가지 못했습니다.

집에서 한 일

Em không đi bộ được, chỉ đọc sách, xem phim và nghe nhạc trên giường thôi.

저는 걸을 수 없었고, 단지 침대에서 책을 읽고, 영화를 보고 음악을 들었습니다.

결과

Từ lúc đó, em vẫn luôn cẩn thận khi đi bộ trên đường.

그 때부터, 저는 여전히 항상 길을 걸을 때 조심합니다.

04 답변 연습하기

앞에서 학습한 표현과 패턴을 활용하여 답변을 연습해 보세요.

À. Em nhớ mấy năm trước, / em đã bị té / khi đi bộ trên đường.

아. 몇 년 전이 기억나는데, 저는 길을 걷다가 넘어졌습니다.

Em đi bệnh viện / và cô bác sĩ nói rằng / em phải nằm trên giường / 2, 3 tuần.

저는 병원에 갔고, 의사 선생님께서 2, 3주 입원 해야 한다고 말씀하셨습니다.

Em bị gãy chân nặng / nên em chỉ được ở nhà, không thể đi đâu cả.

저는 다리가 심하게 부러져서 오직 집에만 있어야 했고, 아무데도 가지 못했습니다.

Em vẫn nhớ, / em chưa bao giờ đau / như thế.

저는 여전히 기억하고, 그렇게 아프고 싶지 않습니다.

Em không đi bộ được, / chỉ đọc sách, xem phim và nghe nhạc / trên giường thôi.

저는 걸을 수 없었고, 단지 침대에서 책을 읽고, 영화를 보고 음악을 들었습니다.

Em đọc hết / tất cả mọi quyển sách / trong nhà và xem / hơn 10 bộ phim.

저는 집에 있는 모든 책을 읽었고 10편이 넘는 영화를 봤습니다.

Nhưng chỉ 1 tuần thôi.

단지 일주일 걸렸을 뿐입니다.

Đó là / kỳ nghỉ tồi tệ nhất / trong đời em.

그것은 제 인생에서 가장 좋지 않은 휴가였습니다.

Từ lúc đó, / em vẫn luôn cẩn thận / khi đi bộ trên đường.

그때부터, 저는 여전히 항상 길을 걸을 때 조심합니다.

---

05 단어 학습하기

bị té	넘어지다	nặng	심한
đi bộ	걸어가다	không thể	~할 수 없다
trên đường	길 위	hết	모두
nằm trên giường	입원하다	quyển sách	책
gãy	부러지다	tồi tệ	형편없는
chân	다리, 발	cẩn thận	조심성있는, 주의 깊은

06 필수 5문장 확인하기 🎧 14-02

앞에서 학습한 주요 표현과 패턴을 음원으로 들으며 따라 말해보세요.

다친 경험	À. Em nhớ mấy năm trước, em đã bị té khi đi bộ trên đường.
병원 진료	Em đi bệnh viện và cô bác sĩ nói rằng em phải nằm trên giường 2, 3 tuần.
진료 결과	Em bị gãy chân nặng nên em chỉ được ở nhà, không thể đi đâu cả.
집에서 한 일	Em không đi bộ được, chỉ đọc sách, xem phim và nghe nhạc trên giường thôi.
결과	Từ lúc đó, em vẫn luôn cẩn thận khi đi bộ trên đường.

15 즐겨 듣는 음악 장르 및 음악가 묘사

01 빈출 질문 🎧 15-01

1. Bạn thích nghe nhạc. Bạn thích loại nhạc nào? Bạn thích ca sĩ hoặc nhạc sĩ nào?

   당신은 음악을 좋아합니다. 당신은 어떤 음악을 좋아합니까? 당신은 어느 가수나 음악가를 좋아합니까?

2. Bạn hay nghe loại nhạc nào? Hãy nói cho tôi biết lý do bạn thích âm nhạc.

   당신은 어느 종류의 음악을 자주 듣습니까? 당신이 음악을 좋아하는 이유를 말해주세요.

02 5 문장 아이디어 만들기

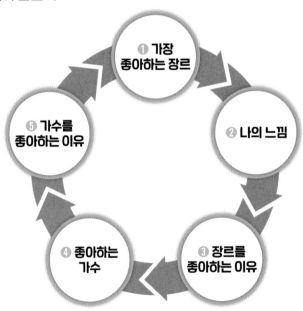

❶ 가장 좋아하는 장르
❷ 나의 느낌
❸ 장르를 좋아하는 이유
❹ 좋아하는 가수
❺ 가수를 좋아하는 이유

필수 패턴 1

quan tâm đến ~   ~에 관심이 있다

**가장
좋아하는
장르**

Dạo này em quan tâm đến nhạc Hàn Quốc, hay còn gọi là K-pop.
요즘 저는 한국 음악에 관심이 많은데, K-pop 이라고 부릅니다.

필수 패턴 2

nhất là, ~   특히,

나의 느낌

Nhất là, âm nhạc của các idol Hàn Quốc làm mình có động lực hơn.
특히, 한국의 아이돌 음악은 저를 더 원동력 있게 만들어 줍니다.

**장르를
좋아하는
이유**

Giai điệu thì bắt tai và gây nghiện.
멜로디가 귀에 맴돌고 중독성이 있습니다.

**좋아하는
가수**

Ca sĩ mà em thích nhất cũng là idol Hàn Quốc.
제가 가장 좋아하는 가수 또한 한국의 아이돌입니다.

**가수를
좋아하는 이유**

Em rất thích lời bài hát và giọng hát của họ.
저는 노래 가사와 그들의 목소리를 정말 좋아합니다.

앞에서 학습한 표현과 패턴을 활용하여 답변을 연습해 보세요.

Nói về **âm nhạc** thì / thật sự bất cứ **loại** nhạc nào / em cũng thích nghe.
음악에 대해서 말하면 사실 어느 음악 장르 또한 좋아합니다.

Nhưng mà / nếu / em phải chọn / một loại âm nhạc thì…
그러나 만약 제가 하나의 장르만 선택해야 한다면…

Dạo này / em quan tâm đến nhạc Hàn Quốc, / hay còn gọi là K-pop.
요즘 저는 한국 음악에 관심이 많은데, K-pop 이라고 부릅니다.

Nhất là, / **âm nhạc** của các idol Hàn Quốc / làm mình có động lực hơn.
특히, 한국의 아이돌 음악은 저를 더 원동력 있게 만들어 줍니다.

Giai điệu thì / bắt tai và gây nghiện.
멜로디가 귀에 맴돌고 중독성이 있습니다.

Ca sĩ mà / em thích nhất / cũng là idol Hàn Quốc.
제가 가장 좋아하는 가수 또한 한국의 아이돌입니다.

Chắc chắn / cô Mai cũng biết nhóm BTS.
틀림없이 Mai씨도 BTS를 아실 것입니다.

Em rất thích / lời bài hát và giọng hát của họ.
저는 노래 가사와 그들의 목소리를 정말 좋아합니다.

Họ đều đã trải qua / một quá trình thực tập dài / nên rất tài năng.
그들은 긴 준비 기간을 지나서 재능이 매우 많습니다.

05 단어 학습하기

âm nhạc	음악	động lực	원동력
thật sự	정말, 진짜로	giai điệu	멜로디
loại	종류	bắt tai	귀에 맴돌다
nào	어느, 어떤	gây	야기하다, 일으키다
chọn	선택하다	nghiện	중독이 되다
gọi là	~라고 부르다		

06 필수 5문장 확인하기 🎧 15-02

앞에서 학습한 주요 표현과 패턴을 음원으로 들으며 따라 말해보세요.

| 가장 좋아하는 장르 | Dạo này em quan tâm đến nhạc Hàn Quốc, hay còn gọi là K-pop. |

| 나의 느낌 | Nhất là, âm nhạc của các idol Hàn Quốc làm mình có động lực hơn. |

| 장르를 좋아하는 이유 | Giai điệu thì bắt tai và gây nghiện. |

| 좋아하는 가수 | Ca sĩ mà em thích nhất cũng là idol Hàn Quốc. |

| 가수를 좋아하는 이유 | Em rất thích lời bài hát và giọng hát của họ. |

01 빈출 질문 🎧 16-01

1. Bạn có thường nghe nhạc không? Bạn thường nghe nhạc ở đâu?
   Bạn thường nghe nhạc lúc nào?

   당신은 보통 음악을 듣습니까? 당신은 보통 음악을 어디에서 듣습니까?
   당신은 보통 음악을 언제 듣습니까?

2. Hãy nói cho tôi biết về một khoảng thời gian cụ thể khi bạn nghe nhạc.

   당신이 음악을 듣는 구체적인 시간을 말해주세요.

02 5 문장 아이디어 만들기

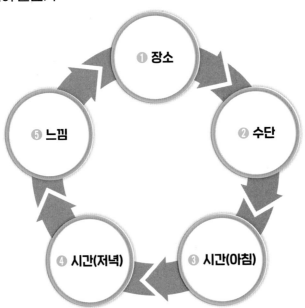

장소

Em thường nghe nhạc khi đi bộ trên đường.
저는 보통 길에서 걸을 때 음악을 듣습니다.

필수 패턴 1

bằng ~   ~(으)로

수단

Em hay nghe nhạc bằng tai nghe của em.
저는 자주 제 이어폰으로 음악을 듣습니다.

시간
(아침)

Buổi sáng thì em thường nghe nhạc vui để tạo động lực đi làm.
아침에는 저는 보통 일하러 가는 힘을 내기 위해 신나는 음악을 듣습니다.

시간
(저녁)

Còn buổi tối thì em thường nghe nhạc nhẹ nhàng hơn để thư giãn.
그리고 저녁에는 긴장을 풀기 위해 가벼운 음악을 듣습니다.

필수 패턴 2

không thể ~ thiếu   없어서는 안되는, 빠질 수 없는

느낌

Âm nhạc là một phần không thể thiếu trong cuộc sống hàng ngày của em.
음악은 제 일상에서 없어서는 안될 한 부분입니다.

앞에서 학습한 표현과 패턴을 활용하여 답변을 연습해 보세요.

Dạ, / em thích nghe nhạc lắm.
네, 저는 음악 듣는 것을 매우 좋아합니다.

Em thường nghe nhạc / khi đi bộ trên đường.
저는 보통 길에서 걸을 때 음악을 듣습니다.

Em đi bộ hàng ngày / để đi làm, đi về nhà / và đi chạy bộ.
저는 출근, 귀가 그리고 조깅을 위해 매일 걷습니다.

Em hay nghe nhạc / bằng tai nghe của em.
저는 자주 제 이어폰으로 음악을 듣습니다.

Mấy tháng trước / em đã mua / một cái tai nghe không dây / hơi đắt tiền.
몇 달 전에 저는 약간 비싼 무선 이어폰을 샀습니다.

Buổi sáng thì / em thường nghe nhạc vui / để tạo động lực đi làm.
아침에는 저는 보통 일하러 가는 힘을 내기 위해 신나는 음악을 듣습니다.

Còn buổi tối thì / em thường nghe nhạc nhẹ nhàng hơn / để thư giãn.
그리고 저녁에는 긴장을 풀기 위해 가벼운 음악을 듣습니다.

Âm nhạc là / một phần không thể thiếu trong cuộc sống hàng ngày của em.
음악은 제 일상에서 없어서는 안될 한 부분입니다.

05 단어 학습하기

điện thoại	전화기	**tạo**	만들다, 창조하다
hàng ngày	매일	**nhẹ nhàng**	가벼운
tai nghe	이어폰	**thư giãn**	긴장을 풀다
dây	줄, 선	**phần**	부분

06 필수 5문장 확인하기 🎧 16-02

앞에서 학습한 주요 표현과 패턴을 음원으로 들으며 따라 말해보세요.

장소	Em thường nghe nhạc khi đi bộ trên đường.

수단	Em hay nghe nhạc bằng tai nghe của em.

시간 (아침)	Buổi sáng thì em thường nghe nhạc vui để tạo động lực đi làm.

시간 (저녁)	Còn buổi tối thì em thường nghe nhạc nhẹ nhàng hơn để thư giãn.

느낌	Âm nhạc là một phần không thể thiếu trong cuộc sống hàng ngày của em.

음악에 관심을 갖게 된 경험 묘사

01 빈출 질문 🎧 17-01

1. Cho tôi hỏi, tại sao bạn bắt đầu thích nghe nhạc?
   Lần đầu tiên bạn nghe nhạc là khi nào và ở đâu?

   질문할게요, 왜 당신은 음악 감상을 좋아하기 시작했습니까?
   처음 당신이 들은 음악은 언제, 어디였습니까?

2. Sở thích của bạn là nghe nhạc. Từ khi nào bạn thích nghe nhạc?
   Hãy cho tôi biết về những thay đổi sở thích của bạn.

   당신의 취미는 음악 감상입니다. 언제부터 당신은 음악 감상을 좋아했습니까?
   당신의 바뀐 취미들에 대해 말해주세요.

02 5 문장 아이디어 만들기

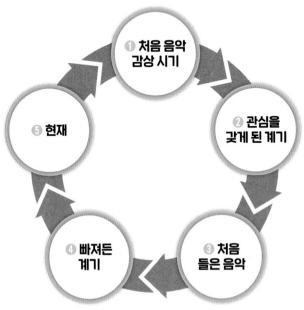

bắt đầu ~ từ ~부터 시작하다

| 처음
음악 감상
시기 | Đầu tiên, em bắt đầu nghe nhạc từ năm 15 tuổi.
처음에, 저는 15살 때 부터 음악 감상을 시작했습니다. |

| 관심을
갖게 된
계기 | Bạn cùng lớp của em đã tặng em một đĩa CD vào ngày sinh nhật của em.
제 생일에 같은 반 친구가 CD를 선물해 주었습니다. |

| 처음
들은 음악 | Đó là Album của một nhóm nhạc Idol Hàn Quốc.
그것은 한국의 아이돌 그룹의 앨범이었습니다. |

| 빠져든
계기 | Tuy nhiên, càng nghe thì lại càng thấy cuốn. Em cứ ngân nga bài hát của họ.
그러나, 다시 들으면 들을 수록 매력적으로 느껴졌습니다. 저는 계속 그들의 노래를 흥얼거렸습니다. |

dần dần ~ 점점 ~하다

| 현재 | Em dần dần hiểu được ý nghĩa trong lời bài hát và giọng hát của họ trở nên quen thuộc.
저는 점점 가사의 의미를 이해하게 되었고, 그들의 목소리가 익숙해졌습니다. |

04 답변 연습하기

앞에서 학습한 표현과 패턴을 활용하여 답변을 연습해 보세요.

Đầu tiên, / em bắt đầu nghe nhạc / từ năm 15 tuổi.

처음에, 저는 15살 때 부터 음악 감상을 시작했습니다.

Bạn cùng lớp của em / đã tặng em một đĩa CD / vào ngày sinh nhật của em.

제 생일에 같은 반 친구가 CD를 선물해 주었습니다.

Đó là Album / của một nhóm nhạc Idol Hàn Quốc.

그것은 한국의 아이돌 그룹의 앨범이었습니다.

Lần đầu tiên nghe, / em không hiểu nghĩa một lời nào.

처음 들었을 때, 저는 아무 말도 이해할 수 없었습니다.

Bởi vì, / em không quan tâm / đến các idol Hàn Quốc nên chỉ nghe sơ sơ thôi.

그렇기 때문에, 저는 한국 아이돌에 관심이 없었고 그냥 대충 들었습니다.

Tuy nhiên, / càng nghe thì lại / càng thấy cuốn. Em cứ ngân nga / bài hát của họ.

그러나, 다시 들으면 들을 수록 매력적으로 느껴졌습니다. 저는 계속 그들의 노래를 흥얼거렸습니다.

Em dần dần / hiểu được ý nghĩa / trong lời bài hát / và giọng hát của họ trở nên quen thuộc.

저는 점점 가사의 의미를 이해하게 되었고, 그들의 목소리가 익숙해졌습니다.

Từ đó đến bây giờ / em vẫn thích nghe nhạc / và quan tâm đến / những bài hát của idol Hàn Quốc.

그때부터 지금까지 저는 여전히 음악 듣는 것을 좋아하고 한국 아이돌의 노래에 관심을 가지고 있습니다.

---

cùng	같은	**ngân nga**	흥얼거리다
lớp	반, 교실	**bài hát**	노래
tặng	선물하다	**ý nghĩa**	의미
nhóm	그룹	**lời bài hát**	노래가사
sơ sơ	대충, 부주의하게	**giọng**	목소리
cứ	계속하다	**quen thuộc**	익숙하다

06 필수 5문장 확인하기 🎧 17-02

앞에서 학습한 주요 표현과 패턴을 음원으로 들으며 따라 말해보세요.

처음 음악 감상 시기	Đầu tiên, em bắt đầu nghe nhạc từ năm 15 tuổi.
관심을 갖게 된 계기	Bạn cùng lớp của em đã tặng em một đĩa CD vào ngày sinh nhật của em.
처음 들은 음악	Đó là Album của một nhóm nhạc Idol Hàn Quốc.
빠져든 계기	Tuy nhiên, càng nghe thì lại càng thấy cuốn. Em cứ ngân nga bài hát của họ.
현재	Em dần dần hiểu được ý nghĩa trong lời bài hát và giọng hát của họ trở nên quen thuộc.

공연(콘서트) 종류 묘사

01 빈출 질문 🎧 18-01

1. Hãy mô tả về buổi biểu diễn mà bạn hay đi.
   Bạn thích người biểu diễn như thế nào? Hãy nói cho tôi biết.

   당신이 자주 가는 공연(콘서트)에 대해서 묘사하세요.
   당신이 좋아하는 공연자는 어떻습니까? 알려주세요.

2. Bạn thích đi xem loại hình biểu diễn nào? Lý do là gì?

   당신은 어떤 종류의 공연(콘서트)을 보러 가는 것을 좋아합니까? 이유는 무엇입니까?

02 5 문장 아이디어 만들기

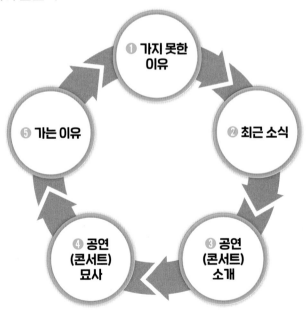

① 가지 못한 이유
② 최근 소식
③ 공연 (콘서트) 소개
④ 공연 (콘서트) 묘사
⑤ 가는 이유

필수 패턴 1

trong gần ~ năm qua,   지난 ~년간

가지 못한 이유

Nhưng đại dịch bùng phát trong gần 1 năm qua, buổi biểu diễn nào cũng bị hủy và không được tổ chức.

그러나 지난 1년간 전염병이 유행해서, 어느 공연(콘서트)이나 취소가 되었고, 개최되지 못 했습니다.

최근 소식

Dạo gần đây thế giới quay lại cuộc sống bình thường nên các lễ hội và các buổi biểu diễn cũng phục hồi trở lại.

최근에 전세계가 다시 일상으로 돌아가서 축제와 공연(콘서트)도 다시 회복했습니다.

공연(콘서트) 소개

Trong đó, buổi biểu diễn mà em yêu thích nhất cũng đã được tổ chức. Đó là concert của một ca sĩ Hàn, là ca sĩ IU.

그 중에서, 제가 가장 좋아하는 공연(콘서트)도 개최되었습니다.
바로 한국의 가수 콘서트, 가수 IU입니다.

필수 패턴 2

thật sự ~ quá   정말로 ~

공연 (콘서트) 묘사

Lúc em nghe giọng hát của cô ấy, em thật sự bị ấn tượng mạnh vì cô ấy hát quá hay.

그녀가 노래를 너무 잘 불러서 저는 정말 강한 인상을 받았습니다.

가는 이유

Và nếu mà em đi concert thì em có thể thưởng thức văn hóa thần tượng (hay gọi là văn hóa fandom) tại Hàn Quốc.

그리고 만약 제가 콘서트에 가면 한국에서 아이돌 문화(혹은 팬덤 문화라고 부르다)를 즐길 수있습니다.

앞에서 학습한 표현과 패턴을 활용하여 답변을 연습해 보세요.

Trước khi dịch bệnh xuất hiện, / em hay đi xem biểu diễn.
전염병이 유행하기 전 저는 공연을 자주 보러 갔습니다.

Nhưng đại dịch bùng phát / trong gần 1 năm qua, buổi biểu diễn nào / cũng bị
hủy / và không được tổ chức.
그러나 지난 1년간 전염병이 유행해서, 어느 공연(콘서트)이나 취소가 되었고, 개최되지 못 했습니다.

Dạo gần đây / thế giới quay lại / cuộc sống bình thường nên / các lễ hội và các
buổi biểu diễn / cũng phục hồi trở lại.
최근에 전세계가 다시 일상으로 돌아가서 축제와 공연(콘서트)도 다시 회복했습니다.

Trong đó, / buổi biểu diễn mà / em yêu thích nhất cũng đã được tổ chức.
Đó là concert / của một ca sĩ Hàn, / là ca sĩ IU.
그 중에서, 제가 가장 좋아하는 공연(콘서트)도 개최되었습니다.
바로 한국의 가수 콘서트, 가수 IU입니다.

Cô Mai biết IU không?
Mai씨는 IU를 아시나요?

Lúc / em nghe giọng hát của cô ấy, / em thật sự bị ấn tượng mạnh / vì cô ấy hát
quá hay.
그녀가 노래를 너무 잘 불러서 저는 정말 강한 인상을 받았습니다.

Và nếu mà / em đi concert thì / em có thể thưởng thức văn hóa thần tượng / (hay
gọi là văn hóa fandom) tại Hàn Quốc.
그리고 만약 제가 콘서트에 가면 한국에서 아이돌 문화(혹은 팬덤 문화라고 부르다)를 즐길 수 있습니다.

05 단어 학습하기

dịch bệnh	전염병, 유행병	lễ hội	축제
xuất hiện	출현하다, 나타나다	phục hồi	회복하다
biểu diễn	공연	ấn tượng	인상
bùng phát	발발하다	thưởng thức	즐기다, 감상하다
tổ chức	개최되다	thần tượng	아이돌, 우상
quay lại	되돌아오다		

06 필수 5문장 확인하기 🎧 18-02

앞에서 학습한 주요 표현과 패턴을 음원으로 들으며 따라 말해보세요.

가지 못한 이유	Nhưng đại dịch bùng phát trong gần 1 năm qua, buổi biểu diễn nào cũng bị hủy và không được tổ chức.

최근 소식	Dạo gần đây thế giới quay lại cuộc sống bình thường nên các lễ hội và các buổi biểu diễn cũng phục hồi trở lại.

공연(콘서트) 소개	Trong đó, buổi biểu diễn mà em yêu thích nhất cũng đã được tổ chức. Đó là concert của một ca sĩ Hàn, là ca sĩ IU.

공연(콘서트) 묘사	Lúc em nghe giọng hát của cô ấy, em thật sự bị ấn tượng mạnh vì cô ấy hát quá hay.

가는 이유	Và nếu mà em đi concert thì em có thể thưởng thức văn hóa thần tượng (hay gọi là văn hóa fandom) tại Hàn Quốc.

처음 공연(콘서트)을 본 경험 묘사

01 빈출 질문 🎧 19-01

1. Buổi hòa nhạc mà bạn cảm thấy thú vị nhất trong những năm gần đây là buổi nhạc nào? Tại sao?

   최근 몇 년간 당신이 가장 재미있게 느낀 공연(콘서트)는 무엇입니까? 이유는 무엇입니까?

2. Tôi muốn nghe về trải nghiệm của bạn khi đi xem biểu diễn.
   Bầu không khí ở đó như thế nào và người biểu diễn là ai?

   나는 당신이 공연(콘서트)을 보러 갔을 때의 경험을 듣고 싶습니다.
   그곳의 분위기는 어땠고 공연하는 사람은 누구였습니까?

02 5 문장 아이디어 만들기

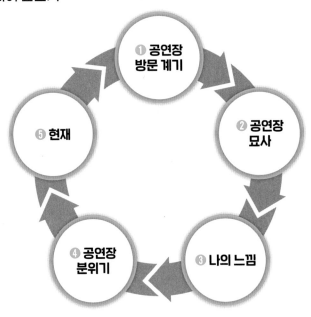

① 공연장 방문 계기
② 공연장 묘사
③ 나의 느낌
④ 공연장 분위기
⑤ 현재

공연장 방문 계기	Một ngày nọ, bạn em rủ em đi lên Seoul để xem concert. Đó là concert của ca sĩ Hàn Quốc, tên là IU.

어느 날, 친구가 서울에 콘서트를 보러 가자고 유혹했습니다.
그것은 한국 가수의 콘서트, 이름은 IU 였습니다.

필수 패턴 1

được diễn ra ~   ~(이)가 열리다

공연장 묘사	Nó được diễn ra tại một sân vận động rất lớn.

그 콘서트는 정말 큰 운동장에서 열렸습니다.

나의 느낌	Em chưa bao giờ đến một nơi mà rộng và đông người như vậy.

저는 지금까지 그렇게 넓고 사람이 많은 곳을 가보지 못했습니다.

공연장 분위기	Không chỉ em, tất cả mọi người đều hát theo cô ấy và bầu không khí ở đó rất là đặc biệt.

저 뿐만 아니라, 모든 사람들이 그녀의 노래를 따라 불렀고 그곳의 분위기는 정말
특별했습니다.

필수 패턴 2

không thể quên ~   잊을 수 없는, 잊지 못하는

현재	Em không thể quên khoảnh khắc ấy và vẫn đi concert của cô ấy hàng năm.

저는 그 순간을 잊을 수 없고, 여전히 그녀의 콘서트를 매년 갑니다.

04 답변 연습하기

앞에서 학습한 표현과 패턴을 활용하여 답변을 연습해 보세요.

Một ngày nọ, / bạn em rủ em / đi lên Seoul / để xem concert.
Đó là / concert của ca sĩ Hàn Quốc, / tên là IU.

어느 날, 친구가 서울에 콘서트를 보러 가자고 유혹했습니다.
그것은 한국 가수의 콘서트, 이름은 IU 였습니다.

Nó được diễn ra / tại một sân vận động / rất lớn.

그 콘서트는 정말 큰 운동장에서 열렸습니다.

Em chưa bao giờ đến / một nơi mà / rộng và đông người / như vậy.

저는 지금까지 그렇게 넓고 사람이 많은 곳을 가보지 못했습니다.

Ở đó / có một cô gái xinh đẹp / và hấp dẫn đứng / trên sân khấu.

거기에 예쁘고 매력적인 여성이 무대 위에 서있었습니다.

Cô ấy hát / một bài hát / nổi tiếng, / lúc đó / em tự nhiên bắt đầu hát / theo cô ấy.

그녀는 유명한 노래를 불렀고, 그때 저는 자연스럽게 그녀를 따라 노래를 부르기 시작했습니다.

Không chỉ em, / tất cả mọi người đều / hát theo cô ấy / và bầu không khí / ở đó /
rất là đặc biệt.

저 뿐만 아니라, 모든 사람들이 그녀의 노래를 따라 불렀고 그곳의 분위기는 정말 특별했습니다.

Em không thể quên / khoảnh khắc ấy / và vẫn đi concert của cô ấy hàng năm.

저는 그 순간을 잊을 수 없고, 여전히 그녀의 콘서트를 매년 갑니다.

Lần sau, / em muốn rủ cô Mai / đi concert của IU.

다음에, Mai씨를 IU 콘서트에 초대하고 싶습니다.

05 단어 학습하기

rủ	초대하다	sân khấu	무대
sân vận động	운동장	nổi tiếng	유명한
đông người	사람이 많은	bầu không khí	분위기
xinh đẹp	예쁜, 아름다운	đặc biệt	특별한
hấp dẫn	매력있는, 매력적	khoảnh khắc	순간, 찰나
đứng	서다	hàng năm	매년

06 필수 5문장 확인하기 🎧 19-02

앞에서 학습한 주요 표현과 패턴을 음원으로 들으며 따라 말해보세요.

공연장 방문 계기
Một ngày nọ, bạn em rủ em đi lên Seoul để xem concert. Đó là concert của ca sĩ Hàn Quốc, tên là IU.

공연장 묘사
Nó được diễn ra tại một sân vận động rất lớn.

나의 느낌
Em chưa bao giờ đến một nơi mà rộng và đông người như vậy.

공연장 분위기
Không chỉ em, tất cả mọi người đều hát theo cô ấy và bầu không khí ở đó rất là đặc biệt.

현재
Em không thể quên khoảnh khắc ấy và vẫn đi concert của cô ấy hàng năm.

bài
20

공연 관람 전과 후에 하는 일 묘사

01 빈출 질문 🎧 20-01

1. Bạn có thường đi xem kịch hay biểu diễn không?
   Bạn làm gì trước và sau khi xem kịch?

   당신은 보통 공연을 보러 갑니까? 당신은 공연을 보기 전과 후에 무엇을 합니까?

2. Hãy nói cho tôi nghe toàn bộ quá trình bạn đi xem kịch hay biểu diễn.

   당신이 공연을 보러 과정을 전부 말해주세요.

02 5 문장 아이디어 만들기

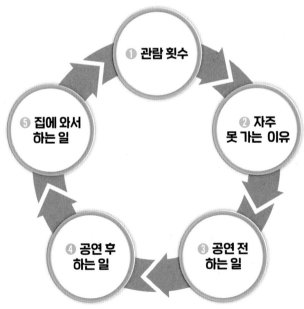

- ❶ 관람 횟수
- ❷ 자주 못 가는 이유
- ❸ 공연 전 하는 일
- ❹ 공연 후 하는 일
- ❺ 집에 와서 하는 일

필수 표현

관람 횟수

Em thường đi concert khoảng 2, 3 lần một năm.

저는 보통 일년에 2, 3번 정도 콘서트에 갑니다.

필수 패턴 1

đối với ~   ~있어서, ~에 대해서는

자주 못 가는 이유

Đối với sinh viên nghèo, vé xem concert hơi đắt nên em không thể đi thường xuyên.

가난한 학생에게는, 콘서트 티켓이 약간 비싸서 저는 자주 갈 수 없습니다.

공연 전 하는 일

Trước khi vào trong, em phải mua những gì cần thiết cho conert; như vé, khăn giấy và một chai nước suối.

입장하기 전에, 저는 콘서트에 필요한 것들을 사는데 티켓, 휴지 그리고 물 한 병입니다.

공연 후 하는 일

Sau khi concert kết thúc em thấy cực kỳ mệt mỏi nên về nhà ngay.

콘서트가 끝난 후에 너무 피곤해서 집으로 바로 옵니다.

필수 패턴 2

cuối cùng, ~   마지막, 드디어

집에 와서 하는 일

Cuối cùng, em đăng hình lên trên SNS của mình là xong.

마지막으로, 사진을 SNS 업로드 하는 게 끝입니다.

답변 연습하기

앞에서 학습한 표현과 패턴을 활용하여 답변을 연습해 보세요.

Dạ, em rất thích đi concert / của những ca sĩ hát hay ở Hàn Quốc.
저는 한국에서 노래를 잘하는 가수들의 콘서트에 가는 것을 정말 좋아합니다.

Em thường đi concert / khoảng 2, 3 lần một năm.
저는 보통 일년에 2, 3번 정도 콘서트에 갑니다.

Đối với sinh viên nghèo, / vé xem concert hơi đắt / nên em không thể đi thường xuyên.
가난한 학생에게는, 콘서트 티켓이 약간 비싸서 저는 자주 갈 수 없습니다.

Cho nên là / ngày đi concert / là một ngày rất là đặc biệt.
그래서 콘서트를 가는 날은 정말 특별한 날입니다.

Trước khi vào trong, / em phải mua / những gì cần thiết / cho conert; / như / vé, khăn giấy và một chai nước suối.
입장하기 전에, 저는 콘서트에 필요한 것들을 사는데 티켓, 휴지 그리고 물 한 병입니다.

Sau khi concert kết thúc / em thấy cực kỳ mệt mỏi / nên về nhà ngay.
콘서트가 끝난 후에 너무 피곤해서 집으로 바로 옵니다.

Về đến nhà thì em kiểm tra review của những người khác / và sắp xếp / những hình ảnh / hay / video em đã chụp.
집에 오면 다른 사람들의 리뷰를 확인하고 제가 촬영한 사진이나 영상을 정리합니다.

Cuối cùng, / em đăng hình / lên trên SNS của mình là xong.
마지막으로, 사진을 SNS 업로드 하는 게 끝입니다.

đầu tiên	처음	kết thúc	끝나다, 마치다
khoảng	약, 대략	cực kỳ	몹시, 엄청
nghèo	가난한	mệt mỏi	피곤한
đắt	비싼	sắp xếp	정리하다
đặc biệt	특별한	đăng	게시하다
cần thiết	필수적인		

06 필수 5문장 확인하기 🎧 20-02

앞에서 학습한 주요 표현과 패턴을 음원으로 들으며 따라 말해보세요.

관람 횟수	Em thường đi concert khoảng 2, 3 lần một năm.
자주 못 가는 이유	Đối với sinh viên nghèo, vé xem concert hơi đắt nên em không thể đi thường xuyên.
공연 전 하는 일	Trước khi vào trong, em phải mua những gì cần thiết cho conert; như vé, khăn giấy và một chai nước suối.
공연 후 하는 일	Sau khi concert kết thúc em thấy cực kỳ mệt mỏi nên về nhà ngay.
집에 와서 하는 일	Cuối cùng, em đăng hình lên trên SNS của mình là xong.

즐겨 찾는 공원 묘사

01 빈출 질문 🎧 21-01

1. Bạn đã trả lời trong khảo sát, bạn thích đi công viên.
   Hãy mô tả về công viên bạn thường đến.

   당신은 설문조사에서, 공원에 가는 것을 좋아한다고 대답했습니다. 당신이 가는 공원을 묘사해 보세요.

2. Bạn thích đi công viên. Tại sao bạn thích đi công viên?
   Ở đấy có gì đặc biệt không?

   당신은 공원에 가는 것을 좋아합니다. 왜 당신은 공원 가는 것을 좋아합니까?
   거기에 특별한 것이 있습니까?

02 5 문장 아이디어 만들기

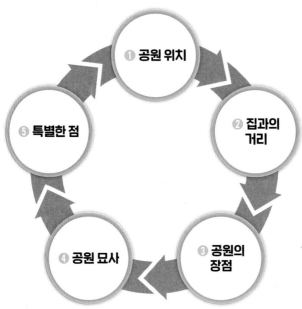

① 공원 위치
② 집과의 거리
③ 공원의 장점
④ 공원 묘사
⑤ 특별한 점

필수 표현

공원 위치

Gần nhà em, có một công viên lớn.

집 근처, 공원 하나가 있습니다.

필수 패턴 1

chỉ mất khoảng ~ thôi   단지 ~ 소요될 뿐이다

집과의
거리

Từ nhà em đến công viên này chỉ mất khoảng 10 phút đi bộ thôi.

저의 집부터 이 공원까지는 단지 걸어서 10분만 걸립니다.

공원의
장점

Công viên này có đủ thứ để tận hưởng buổi cắm trại.

이 공원은 소풍을 즐기기 위한 모든 것이 있습니다.

공원 묘사

Chẳng hạn như ở đây có nhiều ghế dài, cây xanh đẹp, vườn hoa.

예들 들면 여기에는 벤치, 예쁜 나무, 꽃밭이 있습니다.

필수 패턴 2

vả lại, ~   게다가, 더구나

특별한 점

Vả lại, ở đây còn có sân chơi rộng rãi và đài phun nước đẹp.

게다가, 여기에는 넓은 공터와 예쁜 분수가 있습니다.

앞에서 학습한 표현과 패턴을 활용하여 답변을 연습해 보세요.

Đi dạo / hoặc đi chơi công viên / là / một sở thích của em.

산책을 가거나 공원에 놀러가는 것은 제 취미 중 하나입니다.

Em thường đến công viên / để đi dạo / hoặc chạy bộ.

저는 보통 산책이나 조깅을 하기 위해 공원에 갑니다.

Gần nhà em, / có một công viên lớn.

집 근처, 공원 하나가 있습니다.

Từ nhà em / đến công viên này / chỉ mất khoảng 10 phút đi bộ thôi.

저의 집부터 이 공원까지는 단지 걸어서 10분만 걸립니다.

Công viên này có đủ thứ để tận hưởng buổi cắm trại.

이 공원은 소풍을 즐기기 위한 모든 것이 있습니다.

Chẳng hạn như / ở đây có nhiều ghế dài, / cây xanh đẹp, vườn hoa.

예들 들면 여기에는 벤치, 예쁜 나무, 꽃밭이 있습니다.

Và lại, / ở đây còn có sân chơi rộng rãi / và đài phun nước đẹp.

게다가, 여기에는 넓은 놀이터와 예쁜 분수가 있습니다.

Trong công viên này / em có thể tìm thấy giây phút nhẹ nhàng / giữa chốn đô thị xô bồ.

저는 이 공원에서 복잡한 도시 속에서 잠깐의 가벼운 마음을 가질 수 있습니다.

---

dắt chó đi dạo	강아지를 산책시키다	sân chơi	놀이터
đi dạo	산책하다	đài phun nước	분수
sở thích	취미	tìm thấy	찾다, 발견하다
tận hưởng	즐기다	giây phút	순간, 잠시
chẳng hạn như	예를 들면	nhẹ nhàng	가벼운
ghế dài	벤치	giữa	~가운데, 사이에
cây	나무	chốn	장소
vườn hoa	꽃밭	xô bồ	무질서한, 복잡한

06 필수 5문장 확인하기 🎧 21-02

앞에서 학습한 주요 표현과 패턴을 음원으로 들으며 따라 말해보세요.

공원 위치	Gần nhà em, có một công viên lớn.

집과의 거리	Từ nhà em đến công viên này chỉ mất khoảng 10 phút đi bộ thôi.

공원의 장점	Công viên này có đủ thứ để tận hưởng buổi cắm trại.

공원 묘사	Chẳng hạn như ở đây có nhiều ghế dài, cây xanh đẹp, vườn hoa.

특별한 점	Vả lại, ở đây còn có sân chơi rộng rãi và đài phun nước đẹp.

공원에서 주로 하는 활동 묘사

01 빈출 질문 🎧 22-01

1. Trong cuộc sống hàng ngày của bạn, bạn thường làm gì ở công viên?

   일상에서, 당신은 보통 공원에서 무엇을 합니까?

2. Hãy giải thích cho tôi, lý do bạn thích đi công viên là gì.
   Bạn thường có thể tìm thấy những gì trong công viên?

   당신이 공원에 가는 것을 좋아하는 이유를 나에게 설명해주세요.
   당신은 보통 공원에서 어떤 것들을 발견합니까?

02 5 문장 아이디어 만들기

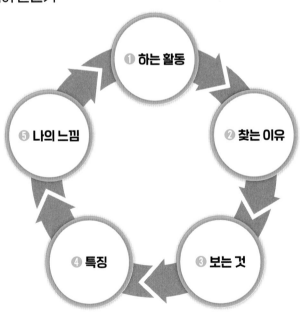

❶ 하는 활동
❷ 찾는 이유
❸ 보는 것
❹ 특징
❺ 나의 느낌

필수 패턴 1

phù hợp nhất ~   가장 적합한, 가장 맞는

하는 활동

Công viên là một địa điểm chạy bộ phù hợp nhất cho em.

공원은 제가 조깅을 하기에 가장 적합한 장소입니다.

찾는 이유

Em có thể đi tập gym nhưng đi chạy bộ ở công viên thì có thể hít thở không khí trong lành.

저는 헬스장을 갈 수도 있지만 공원에 조깅하러 가는 것은 상쾌한 공기를 마실 수 있기 때문입니다.

필수 패턴 2

đặc biệt là ~   특별히 ~이다

보는 것

Đặc biệt là em có thể gặp những chú chó lớn nhỏ.

특별히, 저는 크고 작은 강아지들을 만날 수 있습니다.

특징

Ở đây có hai con đường đi bộ; đường dài và đường ngắn.

여기에는 두 개의 산책로가 있는데 긴 길과 짧은 길입니다.

나의 느낌

Em thích đi đường dài hơn vì ở đây yên tĩnh hơn và thoải mái hơn để đi dạo.

저는 긴 길을 좋아하는데 여기는 산책하기에 조용하고 편안하기 때문입니다.

답변 연습하기

앞에서 학습한 표현과 패턴을 활용하여 답변을 연습해 보세요.

Em thường đến công viên gần nhà em / để tập thể dục.

저는 보통 집 근처 공원에 운동을 하러 갑니다.

Công viên là / một địa điểm chạy bộ / phù hợp nhất cho em.

공원은 제가 조깅을 하기에 가장 적합한 장소입니다.

Em có thể đi tập gym / nhưng đi chạy bộ ở công viên / thì có thể hít thở không khí trong lành.

저는 헬스장을 갈수도 있지만 공원에 조깅하러 가는 것은 상쾌한 공기를 마실 수 있기 때문입니다.

Khi em đến công viên chạy bộ, / em có thể gặp nhiều người.

제가 공원에 조깅을 하러 갈 때, 많은 사람들을 만날 수 있습니다.

Em gặp những người hàng xóm của em / và những đứa trẻ dễ thương.

저는 제 이웃들 그리고 귀여운 아이들도 만납니다.

Đặc biệt là / em có thể gặp / những chú chó lớn nhỏ.

특별히, 저는 크고 작은 강아지들을 만날 수 있습니다.

Ở đây / có hai con đường đi bộ; / đường dài và đường ngắn.

여기에는 두 개의 산책로가 있는데 긴 길과 짧은 길입니다.

Em thích đi đường dài hơn / vì ở đây yên tĩnh hơn và thoải mái hơn / để đi dạo.

저는 긴 길을 좋아하는데 여기는 산책하기에 조용하고 편안하기 때문입니다.

tập thể dục.	운동하다	đứa trẻ	아이, 어린이
địa điểm	장소	dễ thương	귀여운
hít thở	숨쉬다	chó	개(동물)
không khí	공기	dài	긴
trong lành	상쾌한	yên tĩnh	조용한
hàng xóm	이웃	thoải mái	편안한

06 필수 5문장 확인하기 🎧 22-02

앞에서 학습한 주요 표현과 패턴을 음원으로 들으며 따라 말해보세요.

하는 활동
Công viên là một địa điểm chạy bộ phù hợp nhất cho em.

찾는 이유
Em có thể đi tập gym nhưng đi chạy bộ ở công viên thì có thể hít thở không khí trong lành.

보는 것
Đặc biệt là em có thể gặp những chú chó lớn nhỏ.

특징
Ở đây có hai con đường đi bộ; đường dài và đường ngắn.

나의 느낌
Em thích đi đường dài hơn vì ở đây yên tĩnh hơn và thoải mái hơn để đi dạo.

공원에서 기억에 남는 경험 묘사

01 빈출 질문 🎧 23-01

1. Chúng ta nói về một sự kiện bạn đã gặp ở công viên.

   우리 당신이 공원에서 겪은 사건에 대해서 말해봅시다.

2. Bạn có trải nghiệm đặc biệt ở công viên không?
   Lúc đó, bạn đã làm gì với ai? Hãy nói cho tôi một cách cụ thể.

   당신은 공원에서 특별한 경험을 한 적이 있습니까?
   그때, 누구와 무엇을 하고 있었습니까? 나에게 구체적으로 말해주세요.

02 5 문장 아이디어 만들기

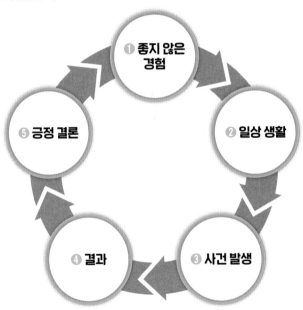

❶ 좋지 않은 경험
❷ 일상 생활
❸ 사건 발생
❹ 결과
❺ 긍정 결론

03 **필수 표현**

종지 않은 경험	Dạ, có chứ. Em đã có một trải nghiệm đáng sợ ở công viên.
	네, 있습니다. 저는 공원에서 무시무시한 경험이 하나 있습니다.

필수 패턴 1

> như bình thường ~   보통 때와 같이, 평상시처럼

일상 생활	Mấy tháng trước, em đã đi chạy bộ ở công viên như bình thường.
	몇 달 전, 저는 공원에서 보통 때 처럼 조깅을 했습니다.

사건 발생	Lúc đó, bất thình lình một chiếc xe đạp trẻ em xuất hiện trước mắt em.
	그때, 갑자기 자전거를 탄 아이가 제 앞에 나타났습니다.

결과	Em bị xe đạp đụng trúng và bị gãy chân.
	저는 자전거와 부딪혔고 다리가 부러졌습니다.

필수 패턴 2

> may mắn là ~   다행히 ~이다

긍정 결론	May mắn là em bé trên xe đạp không bị thương gì.
	다행히 자전거 탄 아이는 아무데도 다치지 않았습니다.

04 답변 연습하기

앞에서 학습한 표현과 패턴을 활용하여 답변을 연습해 보세요.

Dạ, có chứ. / Em đã có / một trải nghiệm đáng sợ / ở công viên.
네, 있습니다. 저는 공원에서 무시무시한 경험이 하나 있습니다.

Mấy tháng trước, / em đã đi chạy bộ ở công viên như bình thường.
몇 달 전, 저는 공원에서 보통 때 처럼 조깅을 했습니다.

Em đã chạy bộ hơn 1 tiếng / nên / chân em hơi mệt mỏi.
저는 조깅을 1시간 이상을 해서 다리가 약간 피곤한 상태였습니다.

Lúc đó, / bất thình lình / một chiếc xe đạp trẻ em / xuất hiện trước mắt em.
그때, 갑자기 자전거를 탄 아이가 제 앞에 나타났습니다.

Em rất là bất ngờ / mà không thể tránh được vì chân em / không cử động được.
저는 너무 놀랐지만 다리가 움직이지 않아서 피할 수가 없었습니다.

Em bị xe đạp đụng trúng / và bị gãy chân.
저는 자전거와 부딪혔고 다리가 부러졌습니다.

Em đã phải nằm viện mấy tháng, bây giờ / chân em vẫn chưa khỏe hẳn.
저는 몇 달 동안 입원을 해야 했고, 제 다리는 아직 다 낫지 않았습니다.

May mắn là / em bé trên xe đạp / không bị thương gì.
다행히 자전거 탄 아이는 아무데도 다치지 않았습니다.

Từ ngày đó, / khi em chạy bộ thì / em luôn nhìn kỹ xung quanh.
그날 이후로, 저는 조깅할 때 항상 주위를 잘 둘러봅니다.

05 단어 학습하기

việc	일	xuất hiện	나타나다, 출현하다
tay	팔	bất ngờ	놀라다, 갑자기
chuyện	일, 사건	tránh	피하다
mệt mỏi	피곤한	cử động	움직이다
bất thình lình	갑자기	đụng trúng	부딪히다
chiếc	대(종별사)	nằm viện	입원하다
xe đạp	자전거	khỏe hẳn	낫다
trẻ em	아이, 어린이		

06 필수 5문장 확인하기 🎧 23-02

앞에서 학습한 주요 표현과 패턴을 음원으로 들으며 따라 말해보세요.

종지 않은 경험	Dạ, có chứ. Em đã có một trải nghiệm đáng sợ ở công viên.
일상 생활	Mấy tháng trước, em đã đi chạy bộ ở công viên như bình thường.
사건 발생	Lúc đó, bất thình lình một chiếc xe đạp trẻ em xuất hiện trước mắt em.
결과	Em bị xe đạp đụng trúng và bị gãy chân.
긍정 결론	May mắn là em bé trên xe đạp không bị thương gì.

bài

24 조깅/걷기 장소 또는 시간 묘사

01 빈출 질문 🎧 24-01

1. Bạn đã cho biết rằng bạn đi chạy bộ.
   Khi nào bạn đi chạy bộ, bạn thường tập thể dục ở đâu?

   당신은 조깅을 하러 간다고 했습니다. 언제 당신은 조깅을 하러 가고 보통 어디에서 합니까?

2. Bạn thường đi bộ hay chạy bộ? Bạn thường đi bộ hay đi chạy bộ như thế nào?

   당신은 보통 걷기나 조깅을 합니까? 당신은 보통 걷기나 조깅을 어떻게 합니까?

02 5 문장 아이디어 만들기

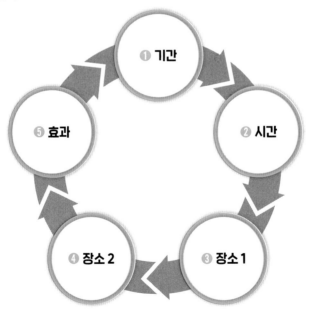

① 기간
② 시간
③ 장소 1
④ 장소 2
⑤ 효과

필수 패턴 1

không chỉ ~ mà còn ~   ~할 뿐만 아니라 ~하기도 하다

기간

Chạy bộ là một sở thích lâu năm không chỉ tốt cho sức khỏe mà còn là một thói quen không thể bỏ của em.

조깅은 제 오래된 취미인데 건강에 좋을 뿐만 아니라 저의 버릴 수 없는 습관이기도 합니다.

시간

Mỗi ngày, em đi chạy bộ từ 5 giờ 30 đến 6 giờ sáng.

매일, 저는 아침 5시 30분 부터 6시까지 조깅을 합니다.

장소 1

Em thường đi chạy bộ ở công viên, mà ở đâu em cũng có thể chạy bộ.

저는 보통 공원으로 조깅을 하러 가지만, 저는 어디에서나 조깅을 할 수 있습니다.

필수 패턴 2

trong trường hợp ~   ~한 경우에는

장소 2

Trong trường hợp em đi công tác hay du lịch thì em cũng đi chạy bộ ở gần khách sạn.

제가 출장이나 여행을 간 경우에는 호텔 근처에서 조깅을 합니다.

효과

Sau khi chạy bộ vào buổi sáng, em có thể bắt đầu một ngày mới đầy năng lượng.

아침에 조깅을 하고 나면, 저는 에너지 넘치는 하루를 보낼 수 있습니다.

답변 연습하기

앞에서 학습한 표현과 패턴을 활용하여 답변을 연습해 보세요.

Dạ, đúng rồi, cô. / Chạy bộ là một bộ môn mà / em thực sự <u>yêu thích</u>.
네, 맞아요. 조깅은 제가 정말 좋아하는 취미예요.

Chạy bộ là / một sở thích lâu năm / không chỉ tốt cho sức khỏe mà còn là / một thói quen / không thể bỏ của em.
조깅은 제 오래된 취미인데 건강에 좋을 뿐만 아니라 저의 버릴 수 없는 습관이기도 합니다.

Mỗi ngày, / em đi chạy bộ / từ 5 giờ 30 đến 6 giờ sáng.
매일, 저는 아침 5시 30분 부터 6시까지 조깅을 합니다.

Em thường chạy bộ / khoảng hơn 3km <u>mỗi lần</u>.
저는 보통 매번 약 3km 이상 조깅을 합니다.

Em thường đi chạy bộ ở công viên, / mà ở đâu em cũng / có thể chạy bộ.
저는 보통 공원으로 조깅을 하러 가지만, 저는 어디에서나 조깅을 할 수 있습니다.

Trong trường hợp em đi công tác / hay du lịch thì em cũng đi chạy bộ / ở gần khách sạn.
제가 출장이나 여행을 간 경우에는 호텔 근처에서 조깅을 합니다.

Sau khi chạy bộ vào buổi sáng, em có thể bắt đầu / một ngày mới đầy năng lượng.
아침에 조깅을 하고 나면, 저는 에너지 넘치는 하루를 보낼 수 있습니다.

05 단어 학습하기

những	~들	lâu	오랜
hàng ngày	매일	bỏ	버리다
tối	저녁	du lịch	여행하다
đêm	밤	khách sạn	호텔
thực sự	정말로	đầy	가득찬, 충분한
yêu thích	좋아하다	năng lượng	에너지

06 필수 5문장 확인하기 🎧 24-02

앞에서 학습한 주요 표현과 패턴을 음원으로 들으며 따라 말해보세요.

기간
Chạy bộ là một sở thích lâu năm không chỉ tốt cho sức khỏe mà còn là một thói quen không thể bỏ của em.

시간
Mỗi ngày, em đi chạy bộ từ 5 giờ 30 đến 6 giờ sáng.

장소 1
Em thường đi chạy bộ ở công viên, mà ở đâu em cũng có thể chạy bộ.

장소 2
Trong trường hợp em đi công tác hay du lịch thì em cũng đi chạy bộ ở gần khách sạn.

효과
Sau khi chạy bộ vào buổi sáng, em có thể bắt đầu một ngày mới đầy năng lượng.

01 빈출 질문 🎧 25-01

1. Bạn đi chạy bộ hay đi bộ để tập thể dục.
   Hãy nói cho tôi nghe những ưu điểm và nhược điểm của nó.

   당신은 운동을 위해 조깅이나 걷기를 합니다.
   나에게 그것의 장점과 단점을 말해주세요.

2. Tôi muốn nghe lợi ích và tác hại của việc chạy bộ hay đi bộ.

   나는 조깅과 걷기의 이로운 점과 해로운 점을 듣고 싶습니다.

02 5 문장 아이디어 만들기

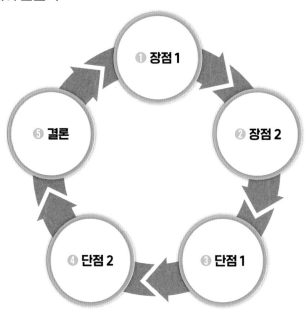

| 장점 1 | Chạy bộ thì không chỉ tốt cho sức khỏe mà có thể hít thở không khí trong lành nữa.
걷기는 건강에 좋을 뿐만 아니라 상쾌한 공기도 마실 수 있습니다. |

필수 패턴 1

thêm vào đó,   게다가, 더구나

| 장점 2 | Thêm vào đó, em còn có thể giảm cân nữa.
게다가, 다이어트도 할 수 있습니다. |

| 단점 1 | Nhưng nghe bạn em nói là nếu tập luyện quá sức thì có thể gây hại cho cơ thể.
그러나 제 친구는 너무 무리하면 몸을 상하게 할 수 있다고 말했습니다. |

| 단점 2 | Em đã từng bị té khi đi chạy bộ trên đường.
저는 길에서 조깅을 하다가 넘어진 적이 있습니다. |

필수 패턴 2

đừng + 동사   ~하지 마라

| 결론 | Khi chạy bộ, chúng ta phải coi chừng bị thương và đừng chạy quá sức.
조깅을 할 때, 우리는 부상을 조심해야 하고 무리하면 안됩니다. |

앞에서 학습한 표현과 패턴을 활용하여 답변을 연습해 보세요.

Nói về <u>lợi ích</u> / của việc chạy bộ thì / nhiều lắm.

조깅의 유익한 점을 얘기하자면 너무 많습니다.

Chạy bộ thì / không chỉ <u>tốt cho sức khỏe</u> / mà / có thể hít thở không khí trong lành nữa.

걷기는 건강에 좋을 뿐만 아니라 상쾌한 공기도 마실 수 있습니다.

Thêm vào đó, / em còn có thể giảm cân nữa.

게다가, 다이어트도 할 수 있습니다.

Theo em, / việc chạy bộ / không có điều tiêu cực nào cả.

저에게 조깅은 부정적인 점이 하나도 없습니다.

Nhưng / nghe bạn em nói là / nếu tập luyện quá sức thì / <u>có thể gây</u> hại cho cơ thể.

그러나 제 친구는 너무 무리하면 몸을 상하게 할 수 있다고 말했습니다.

À, em nhớ ra / một cái nữa.

아, 저 하나가 생각났습니다.

Em đã từng bị té / khi đi chạy bộ trên đường.

저는 길에서 조깅을 하다가 넘어진 적이 있습니다.

Từ lúc đó, / xương chân của em / vẫn đau <u>đến bây giờ</u>.

그때부터 제 다리 뼈는 지금까지 아픕니다.

Đó cũng là / tác hại của chạy bộ.

그것은 조깅의 단점입니다.

Khi chạy bộ, / chúng ta phải coi chừng bị thương / và đừng chạy quá sức.

조깅을 할 때, 우리는 부상을 조심해야 하고 무리하면 안됩니다.

---

tích cực	긍정적	cơ thể	몸, 신체
giảm cân	몸무게가 줄다	đã từng	~한 적이 있다
tiêu cực	부정적	bị té	넘어지다
tập luyện	운동하다	xương	뼈
quá sức	무리하다	chân	다리
gây	야기하다	tác hại	해롭게 하다
hại	해로운	coi chừng	조심하다

06 필수 5문장 확인하기 🎧 25-02

앞에서 학습한 주요 표현과 패턴을 음원으로 들으며 따라 말해보세요.

장점1 Chạy bộ thì không chỉ tốt cho sức khỏe mà có thể hít thở không khí trong lành nữa.

장점2 Thêm vào đó, em còn có thể giảm cân nữa.

단점1 Nhưng nghe bạn em nói là nếu tập luyện quá sức thì có thể gây hại cho cơ thể.

단점2 Em đã từng bị té khi đi chạy bộ trên đường.

결론 Khi chạy bộ, chúng ta phải coi chừng bị thương và đừng chạy quá sức.

bài

26 조깅/걷기를 시작하게 된 계기

01 빈출 질문 🎧 26-01

1. Bạn nói rằng bạn thích chạy bộ. Bạn bắt đầu chạy bộ như thế nào?
   Hãy nói cho tôi biết về động cơ chạy bộ của bạn.

   당신은 조깅을 좋아한다고 했습니다. 당신은 어떻게 조깅을 시작했습니까?
   당신을 조깅을 시작한 계기를 말해주세요.

2. Hãy nói cho tôi biết về động cơ chạy bộ của bạn.
   Điều gì khiến bạn tiếp tục chạy bộ?

   당신이 조깅을 시작한 계기에 대해 말해주세요.
   어떤 것이 조깅을 계속하게 만들었습니까?

02 5 문장 아이디어 만들기

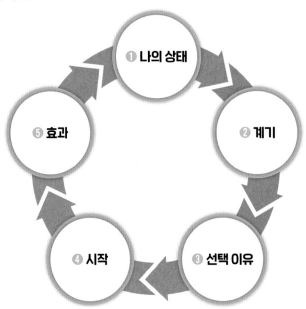

❶ 나의 상태
❷ 계기
❸ 선택 이유
❹ 시작
❺ 효과

03 필수 표현

나의 상태

Năm ngoái, công việc em quá bận nên em không có thời gian chăm sóc sức khỏe của em.

작년에, 일이 너무 바빠서 저는 제 건강을 돌볼 시간이 없었습니다.

계기

Em lại cứ bị tăng cân đến hồi 90 kg em nghĩ em phải giảm cân.

저는 90 kg까지 몸무게가 계속 증가했고 다이어트를 해야겠다고 생각했습니다.

필수 패턴 1

một cách ~   ~하게(형용사 앞에 붙여 부사로 만드는 표현)

선택 이유

Nhưng hồi đó em không có thời gian để đi tập thể dục một cách đều đặn.

그러나 그때 저는 규칙적이게 운동을 할 시간이 없었습니다.

시작

Nếu có thời gian mấy chục phút thì em cứ đi ra ngoài và đi bộ hay chạy bộ.

몇 십 분이라도 시간이 있으면 저는 밖으로 나가서 걷기나 산책을 합니다.

필수 패턴 2

mặc dù ~ nhưng ~   비록 ~할지라도 ~하다

효과

Mặc dù không đi nhiều lần nhưng em vẫn cảm thấy thoải mái và tự tin hơn.

비록 많이 가지는 못했지만 저는 편안하고 자신감을 느낍니다.

답변 연습하기

앞에서 학습한 표현과 패턴을 활용하여 답변을 연습해 보세요.

Dạ, em không hiểu rõ lắm.
네, 제가 정확하게 이해하지 못 했습니다.

Cô Mai hỏi là / "Lý do tại sao em bắt đầu chạy bộ" / phải không ạ?
Mai씨는 "조깅을 시작한 이유"에 대해 질문한 것이 맞나요?

Em sẽ nói về / ngày đầu tiên / em bắt đầu chạy bộ nhé.
저는 조깅을 시작한 날에 대해 이야기 하겠습니다.

Năm ngoái, / công việc em quá bận / nên em không có thời gian chăm sóc
sức khỏe của em.
작년에, 일이 너무 바빠서 저는 제 건강을 돌볼 시간이 없었습니다.

Em lại cứ bị tăng cân / đến hồi 90 kg / em nghĩ / em phải giảm cân.
저는 90 kg까지 몸무게가 계속 증가했고 다이어트를 해야겠다고 생각했습니다.

Em muốn đi tập gym / hay là đi tập yoga, / chơi bóng đá gì đó.
저는 헬스장이나 요가, 축구 같은 것을 하고 싶었습니다.

Nhưng hồi đó / em không có thời gian / để đi tập thể dục một cách đều đặn.
그러나 그때 저는 규칙적으로 운동을 할 시간이 없었습니다.

Khi đi làm, / em đi bộ đến công ty, / không dùng thang máy / và đi cầu thang bộ /
tới văn phòng.
출근할 때, 저는 회사까지 걸어서 가고 사무실까지 엘리베이터를 이용하지 않고 계단으로 갑니다.

Nếu có thời gian mấy chục phút thì / em cứ đi ra ngoài và đi bộ hay chạy bộ.
몇 십 분이라도 시간이 있으면 저는 밖으로 나가서 걷기나 산책을 합니다.

Mặc dù không đi nhiều lần / nhưng em vẫn cảm thấy thoải mái / và tự tin hơn.
비록 많이 가지는 못했지만 저는 편안하고 자신감을 느낍니다.

Bây giờ cân nặng của em / đã về mức bình thường / nhưng em vẫn thích chạy bộ.
지금 제 몸무게는 평균 수준까지 왔지만 저는 여전히 조깅을 좋아합니다.

mập ra	살이 찌다	**thang máy**	엘리베이터
rõ	정확한	**cầu thang bộ**	계단
chăm sóc	돌보다	**chục**	10단위
sức khỏe	건강	**đi ra ngoài**	밖으로 나가다
cứ	계속 ~하다	**cảm thấy**	느끼다
nghĩ	생각하다	**tự tin**	자신감
đều đặn	규칙적인	**cân**	무게
dùng	사용하다		

06 필수 5문장 확인하기 🎧 26-02

앞에서 학습한 주요 표현과 패턴을 음원으로 들으며 따라 말해보세요.

나의 상태	Năm ngoái, công việc em quá bận nên em không có thời gian chăm sóc sức khỏe của em.

계기	Em lại cứ bị tăng cân đến hồi 90 kg em nghĩ em phải giảm cân.

선택 이유	Nhưng hồi đó em không có thời gian để đi tập thể dục một cách đều đặn.

시작	Nếu có thời gian mấy chục phút thì em cứ đi ra ngoài và đi bộ hay chạy bộ.

효과	Mặc dù không đi nhiều lần nhưng em vẫn cảm thấy thoải mái và tự tin hơn.

01 빈출 질문 🎧 27-01

1. Bạn đã từng có trải nghiệm đặc biệt nào khi bạn chạy bộ không?

당신은 조깅할 때 겪은 특별한 경험이 있습니까?

2. Hãy kể lại cho tôi, một trải nghiệm đặc biệt hay thú vị trong việc chạy bộ.

조깅에서 겪은 특별하거나 재미있는 경험을 하나 말해주세요.

02 5 문장 아이디어 만들기

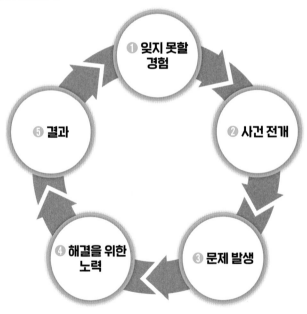

❶ 잊지 못할 경험
❷ 사건 전개
❸ 문제 발생
❹ 해결을 위한 노력
❺ 결과

03 필수 표현

필수 패턴 1

đã từng ~   ~한 적이 있다

잊지 못할 경험	Dạ, em đã từng rất là buồn cười khi em chạy bộ ạ. 네, 저는 조깅할 때 우스운 경험을 한 적이 있습니다.

필수 패턴 2

cái gì đó   무언가, 어떤 것

사건 전개	Buổi tối em đi chạy bộ ở công viên gần nhà em và em thấy một người đàn ông đang tìm cái gì đó. 저녁에 저는 집 근처 공원에서 조깅을 하고 있었고 저는 한 남자가 무언가를 찾고 있는 것을 보았습니다.
문제 발생	Em hỏi anh ấy có chuyện gì và anh ấy nói là anh ấy bị mất điện thoại. 저는 그에게 무슨 일인지 물었고 그는 핸드폰을 잃어버렸다고 했습니다.
해결을 위한 노력	Em hỏi cảnh sát và người đi đường và họ cũng giúp bọn em tìm điện thoại của anh ấy. 저는 경찰과 지나가는 사람들에게 물었고 그들은 그의 핸드폰을 찾기 위해 저희를 도왔습니다.
결과	Nhưng mà buồn cười là cuối cùng anh ấy tìm thấy cái điện thoại ở thắt lưng của anh ấy. 그러나 웃기게도 결국 그는 그의 핸드폰을 벨트에서 찾았습니다.

앞에서 학습한 표현과 패턴을 활용하여 답변을 연습해 보세요.

Dạ, em đã từng rất là buồn cười / khi em chạy bộ ạ.

네, 저는 조깅할 때 우스운 경험을 한 적이 있습니다.

Đó là chuyện vào mùa hè năm ngoái.

그것은 작년 여름에 있었던 일입니다.

Buổi tối / em đi chạy bộ / ở công viên gần nhà em / và em thấy một người
đàn ông / đang tìm cái gì đó.

저녁에 저는 집 근처 공원에서 조깅을 하고 있었고 저는 한 남자가 무언가를 찾고 있는 것을 보았습니다.

Em hỏi anh ấy / có chuyện gì / và anh ấy nói là / anh ấy bị mất điện thoại.

저는 그에게 무슨 일인지 물었고 그는 핸드폰을 잃어버렸다고 했습니다.

Em thấy tội anh ấy / nên em định giúp anh ấy / tìm chiếc điện thoại bị mất.

저는 그가 안타까워서 그를 도와 잃어버린 핸드폰을 찾기로 했습니다.

Em tìm hết cả công viên / nhưng mà / không thấy chiếc điện thoại.

저는 공원 전부를 찾았지만 핸드폰은 보이지 않았습니다.

Em hỏi cảnh sát và người đi đường / và họ cũng giúp bọn em / tìm điện thoại của
anh ấy.

저는 경찰과 지나가는 사람들에게 물었고 그들은 그의 핸드폰을 찾기 위해 저희를 도왔습니다.

Ai cũng không tìm được điện thoại.

아무도 핸드폰을 찾을 수 없었습니다.

Nhưng mà buồn cười là / cuối cùng anh ấy tìm thấy cái điện thoại / ở thắt lưng
của anh ấy.

그러나 웃기게도 결국 그는 그의 핸드폰을 벨트에서 찾았습니다.

05 단어 학습하기

buồn cười	재미있는, 우스운	**tìm**	찾다
mùa hè	여름	**thắt lưng**	벨트
bị mất	잃어버리다		

06 필수 5문장 확인하기 🎧 27-02

앞에서 학습한 주요 표현과 패턴을 음원으로 들으며 따라 말해보세요.

잊지 못할 경험
Dạ, em đã từng rất là buồn cười khi em chạy bộ ạ.

사건 전개
Buổi tối em đi chạy bộ ở công viên gần nhà em và em thấy một người đàn ông đang tìm cái gì đó.

문제 발생
Em hỏi anh ấy có chuyện gì và anh ấy nói là anh ấy bị mất điện thoại.

해결을 위한 노력
Em hỏi cảnh sát và người đi đường và họ cũng giúp bọn em tìm điện thoại của anh ấy.

결과
Nhưng mà buồn cười là cuối cùng anh ấy tìm thấy cái điện thoại ở thắt lưng của anh ấy.

가장 좋아하는 해변 묘사

01 빈출 질문 🎧 28-01

1. Theo khảo sát, bạn nói rằng bạn thích đi biển. Bạn thường làm gì ở đó?

    설문조사에 따르면 당신은 해변에 가는 것을 좋아한다고 했습니다. 당신은 보통 그곳에서 무엇을 합니까?

2. Bạn thích đi biển nào? Hãy giới thiệu cho tôi một bãi biển bạn thích nhất.

    당신은 어느 해변을 좋아합니까? 당신이 가장 좋아하는 해변을 소개해 주세요.

02 5 문장 아이디어 만들기

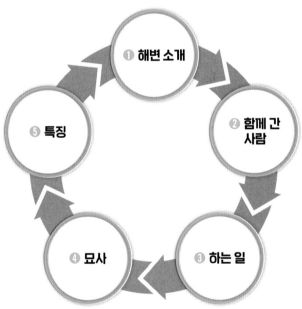

① 해변 소개
② 함께 간 사람
③ 하는 일
④ 묘사
⑤ 특징

03 필수 표현

필수 패턴 1

ằm ở   ~에 위치해 있다

해변 소개	Đó là bãi biển ở Gwangalli. Bãi biển này nằm ở thành phố Busan; ở miền Nam Hàn Quốc.
	거기는 광안리입니다. 이 해변은 부산시에 위치해 있는데 한국의 남쪽에 있습니다.

함께 간 사람	Vào kỳ nghỉ hè, em luôn đến đây với gia đình hay bạn bè.
	여름 휴가 때, 저는 항상 가족이나 친구와 갔습니다.

하는 일	Em tắm biển, đi bơi. Buổi tối, em vừa nghe nhạc vừa ngắm hoàng hôn.
	저는 해수욕, 수영을 합니다. 저녁에, 저는 음악을 들으면서 일몰을 감상합니다.

필수 패턴 2

lúc nào cũng ~   항상 ~하다, 어느 때나 ~하다

묘사	Bãi biển này rất là rộng và dài, nên lúc nào cũng có nhiều khách du lịch.
	이 해변은 정말 넓고 길어서 항상 여행객이 많습니다.

특징	Em ăn nhiều món hải sản theo kiểu Hàn Quốc.
	저는 한국 스타일의 해산물 요리를 많이 먹습니다.

앞에서 학습한 표현과 패턴을 활용하여 답변을 연습해 보세요.

Dạ, em rất thích đi tắm biển.
네, 저는 해수욕하러 가는 것을 정말 좋아합니다.

Em muốn giới thiệu cho cô Mai / một bãi biển / cô phải tới một lần.
Mai씨에게 꼭 한 번 가봐야 할 해변을 소개해 드릴게요.

Đó là bãi biển ở Gwangalli. Bãi biển này / nằm ở thành phố Busan; ở miền Nam Hàn Quốc.
거기는 광안리입니다. 이 해변은 부산시에 위치해 있는데 한국의 남쪽에 있습니다.

Vào kỳ nghỉ hè, / em luôn đến đây / với gia đình hay bạn bè.
여름 휴가 때, 저는 항상 가족이나 친구와 갔습니다.

Em tắm biển, đi bơi. Buổi tối, / em vừa nghe nhạc / vừa ngắm hoàng hôn.
저는 해수욕, 수영을 합니다. 저녁에, 저는 음악을 들으면서 일몰을 감상합니다.

Bãi biển này / rất là rộng và dài, / nên lúc nào cũng có nhiều khách du lịch.
이 해변은 정말 넓고 길어서 항상 여행객이 많습니다.

Ở đây cũng có nhiều ngư dân đánh bắt cá.
여기에는 물고기를 잡는 어부들도 많이 있습니다.

Em ăn nhiều món hải sản theo kiểu Hàn Quốc.
저는 한국 스타일의 해산물 요리를 많이 먹습니다.

Đó là lý do tại sao / em muốn giới thiệu bãi biển này cho cô Mai.
그것이 제가 이 해변을 Mai에게 소개해주고 싶은 이유입니다.

05 단어 학습하기

Bắc	북부	**bơi**	수영하다
Trung	중부	**ngắm**	감상하다
tắm biển	해수욕하다	**hoàng hôn**	황혼, 일몰
giới thiệu	소개하다	**khách du lịch**	여행객
bãi biển	해변	**ngư dân**	어부, 어민
tới	가다	**đánh bắt cá**	고기잡이
miền	지역	**kiểu**	스타일

06 필수 5문장 확인하기 🎧 28-02

앞에서 학습한 주요 표현과 패턴을 음원으로 들으며 따라 말해보세요.

해변 소개	Đó là bãi biển ở Gwangalli. Bãi biển này nằm ở thành phố Busan; ở miền Nam Hàn Quốc.
함께 간 사람	Vào kỳ nghỉ hè, em luôn đến đây với gia đình hay bạn bè.
하는 일	Em tắm biển, đi bơi. Buổi tối, em vừa nghe nhạc vừa ngắm hoàng hôn.
묘사	Bãi biển này rất là rộng và dài, nên lúc nào cũng có nhiều khách du lịch.
특징	Em ăn nhiều món hải sản theo kiểu Hàn Quốc.

29 해변에서 주로 하는 활동 묘사

01 빈출 질문 🎧 29-01

1. Bạn thường làm gì khi bạn đi biển chơi? Bạn cần những gì khi đi biển?

   당신은 보통 해변에 놀러가서 무엇을 합니까? 당신은 해변에 갈 때 어떤 것들이 필요합니까?

2. Hãy cho tôi biết chúng ta có thể làm những gì ở bãi biển?

   해변에서 우리가 어떤 것들을 할 수 있는지 알려주세요.

02 5 문장 아이디어 만들기

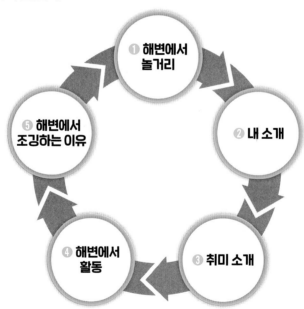

① 해변에서 놀거리

② 내 소개

③ 취미 소개

④ 해변에서 활동

⑤ 해변에서 조깅하는 이유

03 필수 표현

해변에서 놀거리

Đi du lịch biển có nhiều điều hấp dẫn.
해변으로 놀러 가는 것은 매력적인 점이 정말 많습니다.

필수 패턴 1

là một người chuyên gia về ~   ~에 대해 전문가인 사람이다

내 소개

Có thể nói em là một người chuyên gia về đi biển.
저는 해변에 가는 것에 대해 전문가인 사람이라고 말할 수 있습니다.

취미 소개

Trong khảo sát, em đã chọn em thích chạy bộ và nghe nhạc.
설문조사에서, 저는 조깅과 음악감상을 좋아한다고 선택했습니다.

해변에서 활동

Em thường vừa nghe nhạc vừa chạy bộ dọc theo bờ biển.
저는 보통 음악을 들으면서 해변을 따라 조깅을 합니다.

필수 패턴 2

đó là lý do tại sao ~   그 이유가 바로 ~이다

해변에서 조깅하는 이유

Em có thể ngắm mặt trời mọc đẹp nhất ở bãi biển.
Đó là lý do tại sao em phải đi vào buổi sáng.
저는 해변에서 가장 아름다운 일출을 감상할 수 있습니다.
그 이유가 바로 아침에 가는 이유입니다.

04 답변 연습하기

앞에서 학습한 표현과 패턴을 활용하여 답변을 연습해 보세요.

Cô Mai có thích đi biển không?

Mai씨는 바다에 가는 것을 좋아하시나요?

Đi du lịch biển / có nhiều điều hấp dẫn.

해변으로 놀러 가는 것은 매력적인 점이 정말 많습니다.

Có thể nói / em là một người / chuyên gia về đi biển.

저는 해변에 가는 것에 대해 전문가인 사람이라고 말할 수 있습니다.

Ngoài đồ dùng hay trang phục đi biển ra, / em còn mang theo 1 cái tai nghe / và 1 đôi giày thể thao.

바다에 가기 위한 용품이나 옷 외에도, 저는 이어폰 한 개와 운동화 한 켤레를 가져갑니다.

Trong khảo sát, / em đã chọn em thích / chạy bộ và nghe nhạc.

설문조사에서, 저는 조깅과 음악감상을 좋아한다고 선택했습니다.

Còn bãi biển là một nơi / phù hợp nhất cho cả hai sở thích này.

그리고 해변은 이 두 취미 모두를 하기에 적합한 장소입니다.

Em thường vừa nghe nhạc / vừa chạy bộ dọc theo bờ biển.

저는 보통 음악을 들으면서 해변을 따라 조깅을 합니다.

Em có thể ngắm / mặt trời mọc / đẹp nhất ở bãi biển. Đó là lý do tại sao / em phải đi vào / buổi sáng.

저는 해변에서 가장 아름다운 일출을 감상할 수 있습니다. 그 이유가 바로 아침에 가는 이유입니다.

Em có thể giải tỏa hết / những căng thẳng trong một năm.

저는 일년 동안의 스트레스를 모두 해소할 수 있습니다.

단어 학습하기

biển	바다	tai nghe	이어폰
du lịch	여행하다	đôi	켤레
hấp dẫn	매력있는	giày thể thao	운동화
đồ dùng	용품, 도구	phù hợp	적합한
trang phục	옷, 의상	dọc theo	~(을)를 따라
còn	그리고	bờ biển	해변가
mang theo	가지고 가다		

06 필수 5문장 확인하기 🎧 29-02

앞에서 학습한 주요 표현과 패턴을 음원으로 들으며 따라 말해보세요.

해변에서 놀거리
Đi du lịch biển có nhiều điều hấp dẫn.

내 소개
Có thể nói em là một người chuyên gia về đi biển.

취미 소개
Trong khảo sát, em đã chọn em thích chạy bộ và nghe nhạc.

해변에서 활동
Em thường vừa nghe nhạc vừa chạy bộ dọc theo bờ biển.

해변에서 조깅하는 이유
Em có thể ngắm mặt trời mọc đẹp nhất ở bãi biển.
Đó là lý do tại sao em phải đi vào buổi sáng.

해변에서 인상적인 경험 묘사

01 빈출 질문 🎧 30-01

1. Bạn có chuyện buồn hay vui gì ở bãi biển không?
   Bạn đã làm gì? Tại sao bạn thấy buồn hay vui ở đó?

   당신은 해변에서 슬프거나 기쁜 일이 있었습니까?
   당신은 무엇을 했습니까? 당신은 왜 그곳에서 기쁨과 슬픔을 느꼈습니까?

2. Khi còn nhỏ hoặc gần đây bạn có đi biển không?
   Tôi muốn nghe những chuyện ấn tượng đối với bạn khi đi biển lúc còn nhỏ
   hoặc dạo gần đây.

   당신은 어렸을 때나 최근에 해변에 갔습니까?
   나는 당신이 어렸을 때나 최근에 해변에 갔을 때 인상 깊었던 일에 대해 듣고 싶습니다.

02 5 문장 아이디어 만들기

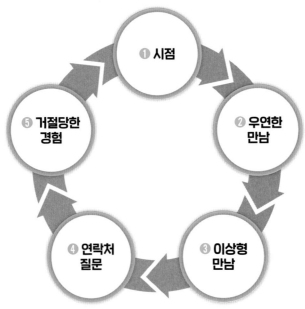

- ❶ 시점
- ❷ 우연한 만남
- ❸ 이상형 만남
- ❹ 연락처 질문
- ❺ 거절당한 경험

시점

Khi em 20, 21 tuổi, em đã đi biển chơi với các bạn của em.
제가 20, 21살 때, 저는 제 친구들과 해변으로 놀러갔습니다.

우연한 만남

Lúc đó, em thấy một cô gái rất là xinh đẹp.
그때, 저는 예쁜 여성 한 분을 봤습니다.

필수 패턴 1

ngoại hình của ~   ~한 외모의

이상형 만남

Ngoại hình của cô ấy giống mẫu người lý tưởng của em.
그녀의 외모는 제 이상형과 똑같았습니다.

연락처 질문

Và đã xin số điện thoại của cô ấy.
그리고 그녀의 전화번호를 물었습니다.

필수 패턴 2

bị từ chối ~   ~(을)를 거절당하다

거절당한 경험

Nhưng đã bị từ chối. Em thấy rất xấu hổ.
그러나 거절당했습니다. 저는 너무 부끄러웠습니다.

앞에서 학습한 표현과 패턴을 활용하여 답변을 연습해 보세요.

Khi em 20, 21 tuổi, / em đã đi biển chơi / với các bạn của em.

제가 20, 21살 때, 저는 제 친구들과 해변으로 놀러갔습니다.

Sau khi đến nơi, / các bạn của em xuống biển bơi ngai.

도착한 후에, 제 친구들은 바로 수영을 하러 바다에 들어갔습니다.

Còn em thì không biết bơi / nên em tắm nắng / trên bãi cát.

그런데 저는 수영을 할 줄 몰라서 모래사장에 누워 일광욕을 했습니다.

Lúc đó, / em thấy một cô gái / rất là xinh đẹp.

그때, 저는 예쁜 여성 한 분을 봤습니다.

Ngoại hình của cô ấy / giống mẫu người lý tưởng của em.

그녀의 외모는 제 이상형과 똑같았습니다.

Cô ấy tới gần em. Cô ấy hỏi em đường / đến nhà ga.

그녀는 제 가까이 왔습니다. 그녀는 역에 가는 길을 물었습니다.

Em đã chỉ đường / cho cô ấy.

저는 그녀에게 길을 알려 주었습니다.

Và đã xin số điện thoại / của cô ấy.

그리고 그녀의 전화번호를 물었습니다.

Nhưng đã bị từ chối. Em thấy rất xấu hổ.

그러나 거절당했습니다. 저는 너무 부끄러웠습니다.

người đàn ông	남자	bãi cát	모래사장
ngầu	멋있는	giống	닮은, 같은
đẹp trai	잘생긴	mẫu người lý tưởng	이상형
cao	키가 큰	nhà ga	역, 터미널
xuống biển	바다에 들어가다	chỉ đường	길을 알려주다
bơi	수영하다	số điện thoại	전화번호
tắm nắng	해수욕하다	xấu hổ	부끄러워하다

06 필수 5문장 확인하기 🎧 30-02

앞에서 학습한 주요 표현과 패턴을 음원으로 들으며 따라 말해보세요.

| 시점 | Khi em 20, 21 tuổi, em đã đi biển chơi với các bạn của em. |

| 우연한 만남 | Lúc đó, em thấy một cô gái rất là xinh đẹp. |

| 이상형 만남 | Ngoại hình của cô ấy giống mẫu người lý tưởng của em. |

| 연락처 질문 | Và đã xin số điện thoại của cô ấy. |

| 거절당한 경험 | Nhưng đã bị từ chối. Em thấy rất xấu hổ. |

bài

31 우리나라 사람들이 가는 휴가지 묘사

---

01 빈출 질문 🎧 31-01

1. Ở đất nước của bạn, người ta thường đi đâu khi đi du lịch trong nước?

   당신의 나라에서 국내에서 여행을 갈 때 사람들은 보통 어디를 갑니까?

2. Tôi muốn nghe những điểm du lịch ở nước của bạn.
   Hãy giới thiệu cho tôi một địa điểm du lịch mà những người ở đó hay đến.

   당신의 나라의 여행지에 대해 듣고 싶습니다.
   사람들이 자주 가는 여행지를 하나 소개해 주세요.

02 5 문장 아이디어 만들기

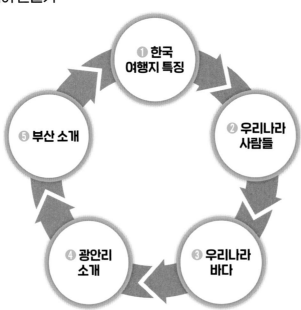

① 한국 여행지 특징
② 우리나라 사람들
③ 우리나라 바다
④ 광안리 소개
⑤ 부산 소개

136 시원스쿨 베트남어 OPIc

한국 여행지 특징	Ở Hàn có nhiều núi, rừng và biển. 한국에는 많은 산과 숲, 바다가 있습니다.

우리나라 사람들	Người lớn tuổi thì thích đi núi. Còn thanh niên trẻ tuổi như em thì thích đi bơi. 나이가 많은 사람들은 산에 가는 것을 좋아합니다. 그리고 저처럼 젊은 사람들은 수영하러 가는 것을 좋아합니다.

필수 패턴 1

trong số đó,   그 중에서,

우리나라 바다	Em thích cả 3 biển nhưng trong số đó, em muốn giới thiệu với cô một bãi biển ở phía Đông. 저는 3면의 바다를 다 좋아하지만 그 중에서, 저는 동쪽에 있는 해변 하나를 소개하고 싶습니다.

광안리 소개	Nó gọi là bãi Gwangalli. Em cũng đến Gwangalli chơi mấy lần rồi. 광안리 해변이라고 부릅니다. 저도 광안리를 몇 번이나 갔습니다.

필수 패턴 2

là ~ lớn thứ ~   ~ 번 째로 큰 ~이다

부산 소개	Bãi biển Gwangalli nằm ở trung tâm thành phố Busan, là thành phố lớn thứ hai tại Hàn Quốc. 광안리 해변은 부산시 중심에 위치해 있고, 한국에서 두 번째로 큰 도시입니다.

답변 연습하기

앞에서 학습한 표현과 패턴을 활용하여 답변을 연습해 보세요.

Ở Hàn có nhiều / núi, rừng và biển.
한국에는 많은 산과 숲, 바다가 있습니다.

Cho nên là / có nhiều / địa điểm du lịch thiên nhiên / rất là hấp dẫn.
그래서 대자연의 여행지가 많이 있는데 정말 매력적입니다.

Người lớn tuổi thì / thích đi núi. Còn thanh niên trẻ tuổi như em thì / thích đi bơi.
나이가 많은 사람들은 산에 가는 것을 좋아합니다. 그리고 저처럼 젊은 사람들은 수영하러 가는 것을 좋아합니다.

Địa hình Hàn Quốc / có 3 mặt giáp biển; / biển Tây, biển Đông và biển Nam.
한국 지형은 3면이 바다인데 서해, 동해, 남해입니다.

Em thích / cả 3 biển / nhưng trong số đó, em muốn giới thiệu với cô / một bãi biển ở phía Đông.
저는 3면의 바다를 다 좋아하지만 그 중에서, 저는 동쪽에 있는 해변 하나를 소개하고 싶습니다.

Nó gọi là bãi Gwangalli. Em cũng đến Gwangalli chơi / mấy lần rồi.
광안리 해변이라고 부릅니다. 저도 광안리를 몇 번이나 갔습니다.

Ở đây / cách thủ đô Seoul hơi xa, / khoảng 400 km.
여기는 서울에서 꽤 먼데, 약 400 km 떨어져 있습니다.

Ở đây vừa đông vừa vui / vì có nhiều người trẻ Hàn Quốc đến từ khắp nơi trong nước.
여기는 국내 곳곳에서 젊은 친구들이 많이 와서 사람이 많고 즐겁습니다.

Em cũng là một người thanh niên trẻ / tại Hàn Quốc / nên hay đến Busan.
저 또한 한국에서 젊은층이기 때문에 부산에 자주 갑니다.

À, cô biết thành phố Busan không?
아, 부산시를 아시나요?

Bãi biển Gwangalli / nằm ở trung tâm thành phố Busan, là thành phố lớn thứ hai tại Hàn Quốc.
광안리 해변은 부산시 중심에 위치해 있고, 한국에서 두 번째로 큰 도시입니다.

Nếu có cơ hội thì / em muốn sống / ở thành phố này.
만약 기회가 있다면 저는 이 도시에 살고 싶습니다.

núi	산	**hấp dẫn**	매력적인
rừng	숲	**thanh niên trẻ**	젊은이
biển	바다	**giáp**	맞닿다
địa điểm du lịch	여행지	**giới thiệu**	소개하다
thiên nhiên	자연, 천연	**khắp nơi**	곳곳에

06 필수 5문장 확인하기 🎧 31-02

앞에서 학습한 주요 표현과 패턴을 음원으로 들으며 따라 말해보세요.

한국 여행지 특징	Ở Hàn có nhiều núi, rừng và biển.
우리나라 사람들	Người lớn tuổi thì thích đi núi. Còn thanh niên trẻ tuổi như em thì thích đi bơi.
우리나라 바다	Em thích cả 3 biển nhưng trong số đó, em muốn giới thiệu với cô một bãi biển ở phía Đông.
광안리 소개	Nó gọi là bãi Gwangalli. Em cũng đến Gwangalli chơi mấy lần rồi.
부산 소개	Bãi biển Gwangalli nằm ở trung tâm thành phố Busan, là thành phố lớn thứ hai tại Hàn Quốc.

01 빈출 질문 🎧 32-01

1. Bạn nói rằng, bạn thích đi du lịch trong nước. Bạn thích núi hay biển?
   Bạn làm gì để chuẩn bị cho chuyến du lịch đó?

   당신은 국내 여행을 좋아한다고 했습니다. 당신은 산을 좋아합니까? 바다를 좋아합니까?
   그 여행을 위해서 당신은 무엇을 준비합니까?

2. Trước khi đi du lịch trong nước, bạn thường làm gì?
   Hãy kể lại cho tôi bạn làm điều gì khi chuẩn bị đi du lịch.

   국내 여행을 가기 전에, 당신은 보통 무엇을 합니까?
   여행을 가는 준비는 어떤 것들을 하는 지 말해주세요.

02 5 문장 아이디어 만들기

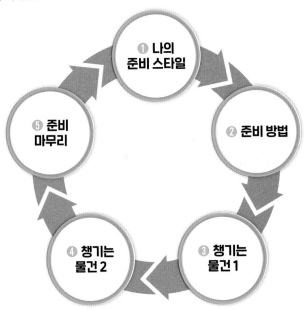

| 나의
준비 스타일 | Khi em đi du lịch trong nước, em chỉ cần mấy món đồ thôi.
저는 국내 여행을 갈 때, 단지 몇 개의 물건만 필요합니다. |

| 준비 방법 | Nhưng, em cần phải viết ra thành một danh sách để chắc chắn em không bỏ quên món đồ nào.
그러나, 저는 잊어버리는 물건이 없도록 꼭 리스트를 작성합니다. |

| 챙기는
물건1 | Trước tiên, em phải có điện thoại và đồ sạc pin.
먼저, 저는 핸드폰과 충전기를 꼭 가져갑니다. |

필수 패턴 1

không cần nói thêm ~   더 말할 필요도 없다

| 챙기는
물건2 | Thứ hai, em phải mang theo ví tiền và thẻ.
Cái này cũng không cần nói thêm, phải không ạ?
두 번째, 저는 지갑과 카드를 꼭 가져갑니다.
 이것은 더 말할 필요도 없습니다, 그렇죠? |

필수 패턴 2

cuối cùng, ~   마지막으로,

| 준비
마무리 | Cuối cùng, em mang quần áo, các loại kem như kem chống nắng, là xong.
Đơn giản thôi.
마지막으로, 저는 옷, 선크림 같은 화장품을 가져가는 것이 전부입니다.
간단합니다. |

04 답변 연습하기

앞에서 학습한 표현과 패턴을 활용하여 답변을 연습해 보세요.

Những thứ phải <u>chuẩn bị</u> / trước khi em đi du lịch là... / để em xem.

여행 가기 전에 꼭 준비 해야 하는 것은... 생각해볼게요.

Khi em đi du lịch trong nước, / em chỉ <u>cần</u> mấy món đồ thôi.

저는 국내 여행을 갈 때, 단지 몇 개의 물건만 필요합니다.

Nhưng, / em cần phải viết ra thành / một danh sách để chắc chắn / em không bỏ quên / món đồ nào.

그러나, 저는 잊어버리는 물건이 없도록 꼭 리스트를 작성합니다.

Trước tiên, / em phải có / điện thoại và đồ sạc pin.

먼저, 저는 핸드폰과 충전기를 꼭 가져갑니다.

<u>Lý do</u> vì sao phải có điện thoại thì / không cần phải bàn nữa, đúng không cô?

꼭 핸드폰이 있어야 하는 이유는 말할 필요도 없는데, 그렇죠?

Thứ hai, / em phải mang theo / ví tiền và thẻ. Cái này cũng / không cần nói thêm, / phải không ạ?

두 번째, 저는 지갑과 카드를 꼭 가져갑니다. 이것은 더 말할 필요도 없습니다, 그렇죠?

Cuối cùng, / em mang quần áo, / các loại kem như kem chống nắng, / là xong. Đơn giản thôi.

마지막으로, 저는 옷, 선크림 같은 화장품을 가져가는 것이 전부입니다. 간단합니다.

chuẩn bị	준비하다	bỏ	버리다
trong nước	국내	quên	잊다
món đồ	물건	trước tiên	우선, 먼저
viết ra	작성하다	đồ sạc pin	충전기
danh sách	리스트, 목록		

06 필수 5문장 확인하기 🎧 32-02

앞에서 학습한 주요 표현과 패턴을 음원으로 들으며 따라 말해보세요.

나의 준비 스타일	Khi em đi du lịch trong nước, em chỉ cần mấy món đồ thôi.
준비 방법	Nhưng, em cần phải viết ra thành một danh sách để chắc chắn em không bỏ quên món đồ nào.
챙기는 물건 1	Trước tiên, em phải có điện thoại và đồ sạc pin.
챙기는 물건 2	Thứ hai, em phải mang theo ví tiền và thẻ. Cái này cũng không cần nói thêm, phải không ạ?
준비 마무리	Cuối cùng, em mang quần áo, các loại kem như kem chống nắng, là xong. Đơn giản thôi.

bài
33 다른 스포츠와 조깅 비교 묘사

---

01 빈출 질문 🎧 33-01

1. Hãy so sánh chạy bộ với các loại hoạt động thể thao khác nhé.
Việc chạy bộ có sự khác biệt gì so với các hoạt động thể thao khác như gôn,
bóng chuyền, bóng rổ?

조깅과 다른 종류의 스포츠를 비교하세요.
조깅은 다른 스포츠인 골프, 배구, 농구와 비교하여 어떤 다른 점이 있습니까?

02 5 문장 아이디어 만들기

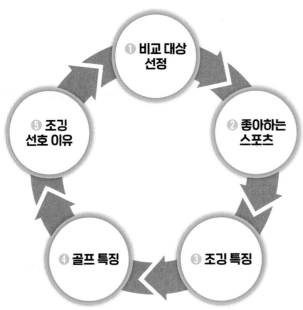

❶ 비교 대상
선정

❷ 좋아하는
스포츠

❸ 조깅 특징

❹ 골프 특징

❺ 조깅
선호 이유

| 비교 대상
선정 | Em muốn so sánh chạy bộ với chơi gôn.
저는 조깅과 골프를 비교하고 싶습니다. |

| 좋아하는
스포츠 | Nhưng có lý do khiến em thích đi chạy bộ hơn đi chơi gôn.
그러나 골프보다 조깅을 좋아하게 된 이유가 있습니다. |

필수 패턴 1

ở đâu cũng ~ có thể ~   어디서나 ~(을)를 할 수 있다

| 조깅 특징 | Chỉ có hai cái chân là đủ rồi, ở đâu cũng em có thể chạy bộ được.
단지 두 다리만 있으면 충분하고, 어디서나 조깅을 할 수 있습니다. |

필수 패턴 2

thì khác ~   ~(은)는 다르다

| 골프 특징 | Nhưng mà chơi gôn thì khác. Nó cần thiết mấy cái dụng cụ đặc biệt.
그러나 골프는 다릅니다. 골프는 특별한 몇 개의 용품이 필수입니다. |

| 조깅
선호 이유 | Với lại, đối với sinh viên nghèo, các món đồ chơi gôn quá đắt nên em không thể mua được.
게다가 가난한 학생에게, 골프 용품은 너무 비싸서 살 수가 없습니다. |

04 답변 연습하기

앞에서 학습한 표현과 패턴을 활용하여 답변을 연습해 보세요.

Em muốn so sánh chạy bộ / với chơi gôn.

저는 조깅과 골프를 비교하고 싶습니다.

Cả hai môn thể thao / đều là / môn rất là hấp dẫn / để rèn luyện.

두 스포츠 모두 운동하기에 매력적입니다.

Nhưng / có lý do / khiến em thích đi chạy bộ hơn đi chơi gôn.

그러나 골프보다 조깅을 좋아하게 된 이유가 있습니다.

Bởi vì, / khi người ta chạy bộ thì / không cần trang bị đặc biệt nào.

왜냐하면 사람들이 조깅을 할 때, 특별한 장비가 필요 없기 때문입니다.

Chúng ta không cần / bóng, vợt hay sân vận động.

우리는 공, 라켓, 코트도 필요 없습니다.

Chỉ có hai cái chân / là đủ rồi, / ở đâu cũng em có thể chạy bộ được.

단지 두 다리만 있으면 충분하고, 어디서나 조깅을 할 수 있습니다.

Nhưng mà / chơi gôn thì khác. Nó cần thiết / mấy cái dụng cụ đặc biệt.

그러나 골프는 다릅니다. 골프는 특별한 몇 개의 용품이 필수입니다.

Với lại, / đối với sinh viên nghèo, các món đồ chơi gôn quá đắt / nên em

không thể mua được.

게다가 가난한 학생에게, 골프 용품은 너무 비싸서 살 수가 없습니다.

Thực ra là / em chưa có đủ thời gian, / chưa có tiền nên cái sự khác biệt / giữa chơi

gôn và chạy bộ thì rất quan trọng đối với em.

사실 저는 시간과 돈이 많지 않기 때문에 저에게 있어서 골프와 조깅 사이에 다른 점은 정말 중요합니다.

---

05 단어 학습하기

so sánh	비교하다	**người ta**	사람들
chơi gôn	골프를 치다	**trang bị**	장비, 기구
thể thao	스포츠	**đặc biệt**	특별한
hấp dẫn	매력적인	**bóng**	공
rèn luyện	연습하다, 운동하다	**vợt**	라켓
khiến	시키다	**dụng cụ**	도구
bởi vì	왜냐하면	**nghèo**	가난한

06 필수 5문장 확인하기 🎧 33-02

앞에서 학습한 주요 표현과 패턴을 음원으로 들으며 따라 말해보세요.

비교 대상 선정	Em muốn so sánh chạy bộ với chơi gôn.

종아하는 스포츠	Nhưng có lý do khiến em thích đi chạy bộ hơn đi chơi gôn.

조깅 특징	Chỉ có hai cái chân là đủ rồi, ở đâu cũng em có thể chạy bộ được.

골프 특징	Nhưng mà chơi gôn thì khác. Nó cần thiết mấy cái dụng cụ đặc biệt.

조깅 선호 이유	Với lại, đối với sinh viên nghèo, các món đồ chơi gôn quá đắt nên em không thể mua được.

지난 우리나라의 공연 산업 변화 묘사

01 **빈출 질문** 🎧 34-01

1. Trong vài năm qua, các ngành công nghiệp biểu diễn ở nước bạn đã được thay đổi như thế nào?

Bạn nghĩ sao về những sự phát triển này?

지난 몇 년간, 당신 나라의 공연 산업은 어떻게 변화했습니까?
이 발전에 대해 당신은 왜 그렇게 생각합니까?

02 **5 문장 아이디어 만들기**

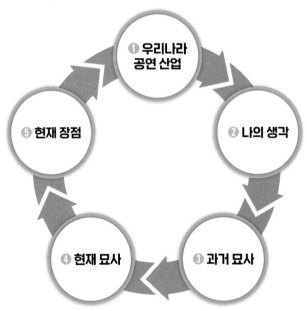

❶ 우리나라 공연 산업
❷ 나의 생각
❸ 과거 묘사
❹ 현재 묘사
❺ 현재 장점

우리나라 공연 산업	Ngành nghệ thuật biểu diễn ở Hàn Quốc đang dần dần phát triển mạnh mẽ. 한국의 공연 산업은 점점 강하게 발전하고 있습니다.

필수 패턴 1

không phải là ~ mà là ~   ~(이)가 아니라 ~이다

나의 생각	Em không phải là chuyên gia về ngành này mà là người bình thường thôi. 저는 이 분야의 전문가가 아니라 평범한 사람일 뿐입니다.

필수 패턴 2

~ còn kém lắm   여전히 ~(이)가 부족하다

과거 묘사	Khi em còn nhỏ, các thông tin và dịch vụ ở nhà hát còn kém lắm. 제가 어릴 때에, 공연장의 정보와 서비스가 여전히 부족했습니다.

현재 묘사	Bây giờ thì, em có thể tìm kiếm các thông tin này trên smartphone và mua vé một cách tiện lợi. 지금은, 핸드폰으로 이 정보를 쉽게 검색할 수 있고 티켓도 편리하게 구매할 수 있습니다.

현재 장점	Sau khi kinh tế Hàn Quốc phát triển ngành công nghiệp này rất là đa dạng và được tổ chức đầy đủ. 한국 경제에서 이 산업이 발전된 후에 정말 다양하고 충분히 개최되고 있습니다.

답변 연습하기

앞에서 학습한 표현과 패턴을 활용하여 답변을 연습해 보세요.

Về chủ đề này, / có rất là nhiều điều / em muốn nói.

이 주제에 대해서, 제가 말하고 싶은 것이 많습니다.

Ngành nghệ thuật biểu diễn ở Hàn Quốc / đang dần dần phát triển mạnh mẽ.

한국의 공연 산업은 점점 강하게 발전하고 있습니다.

Em không phải là chuyên gia / về ngành này / mà là người bình thường thôi.

저는 이 분야의 전문가가 아니라 평범한 사람일 뿐입니다.

Nhưng / em cũng biết được / ngành công nghiệp biểu diễn ở đây đã được cải thiện nhiều.

그러나 저 또한 이곳의 공연 산업 분야가 많이 개선되었다는 것을 알고 있습니다.

Khi em còn nhỏ, / các thông tin và dịch vụ / ở nhà hát / còn kém lắm.

제가 어릴 때에, 공연장의 정보와 서비스가 여전히 부족했습니다.

Nếu / em muốn đi xem kịch / hay nhảy múa gì đó thì em phải gọi điện hỏi / giờ hoặc cách đặt vé.

만약 제가 공연이나 댄스를 보러 갈 때에 시간이나 예매를 전화를 해서 해야했습니다.

Các chương trình biểu diễn / cũng không có nhiều / như bây giờ.

공연 프로그램 또한 지금처럼 많지 않았습니다.

Bây giờ thì, / em có thể tìm kiếm / các thông tin này trên smartphone / và mua vé một cách tiện lợi.

지금은, 핸드폰으로 이 정보를 쉽게 검색할 수 있고 티켓도 편리하게 구매할 수 있습니다.

Sau khi kinh tế Hàn Quốc phát triển / ngành công nghiệp này rất là đa dạng / và được tổ chức đầy đủ.

한국 경제에서 이 산업이 발전된 후에 정말 다양하고 충분히 개최되고 있습니다.

05 단어 학습하기

về	~에 대해서	cải thiện	개선하다
chủ đề	주제	thông tin	정보
ngành	분야	dịch vụ	서비스
nghệ thuật	예술	nhà hát	극장
biểu diễn	공연	kém	부족한
dần dần	점점	kịch	연극, 공연
phát triển	발전하다	nhảy múa	춤추다
mạnh mẽ	강력한	gọi điện	전화하다
chuyên gia	전문가	đặt vé	예매하다

06 필수 5문장 확인하기 🎧 34-02

앞에서 학습한 주요 표현과 패턴을 음원으로 들으며 따라 말해보세요.

우리나라 공연 산업	Ngành nghệ thuật biểu diễn ở Hàn Quốc đang dần dần phát triển mạnh mẽ.
나의 생각	Em không phải là chuyên gia về ngành này mà là người bình thường thôi.
과거 묘사	Khi em còn nhỏ, các thông tin và dịch vụ ở nhà hát còn kém lắm.
현재 묘사	Bây giờ thì, em có thể tìm kiếm các thông tin này trên smartphone và mua vé một cách tiện lợi.
현재 장점	Sau khi kinh tế Hàn Quốc phát triển ngành công nghiệp này rất là đa dạng và được tổ chức đầy đủ.

음악 감상을 위한 기술, 장비 묘사

01 빈출 질문 🎧 35-01

1. Bạn có thể giải thích cho tôi về một số tiến bộ công nghệ kỹ thuật hay các trang thiết bị điện tử hiện đại dùng để nghe nhạc không?
Những người quan tâm đến âm nhạc thường thích sản phẩm hay dịch vụ nào?
Tại sao?

당신은 음악 감상을 위한 몇몇의 기술이나 최신 전자 장비의 발전에 대해 설명할 수 있습니까?
음악에 관심이 많은 사람들은 보통 어떤 물건이나 서비스를 좋아합니까?
이유는 무엇입니까?

02 5 문장 아이디어 만들기

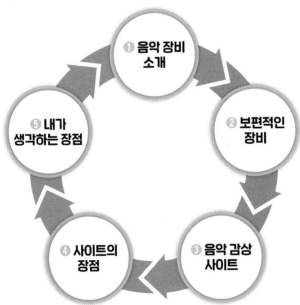

❶ 음악 장비 소개
❷ 보편적인 장비
❸ 음악 감상 사이트
❹ 사이트의 장점
❺ 내가 생각하는 장점

03 필수 표현

필수 패턴 1

bất cứ ai cũng ~   누구나, 누구든지

음악 장비 소개

Bất cứ ai cũng có một thiết bị riêng để nghe nhạc.

누구나, 음악 감상을 위한 개인 장비가 있습니다.

필수 패턴 2

~ trên Internet   인터넷에서, 인터넷상에서

보편적인 장비

Ngày nay, hầu hết chúng ta đều nghe nhạc bằng điện thoại, và có thể dễ dàng tải những bài hát trên Internet.

요즘, 거의 우리는 핸드폰으로 음악 감상을 하고, 인터넷에서 음악을 쉽게 다운로드할 수 있습니다.

음악 감상 사이트

Em thường nghe nhạc qua Du Tup.

저는 보통 Du Tup을 통해 음악 감상을 합니다.

사이트의 장점

Ở đây, các ca sĩ và nhóm nhạc quốc tế đều tải những sản phẩm lên kênh của họ và nhiều người chia sẻ các thể loại âm nhạc đa dạng.

여기에는, 가수와 외국 노래들이 모두 그들의 채널에 올라와 있고, 많은 사람들이 다양한 음악 종류를 공유합니다.

내가 생각하는 장점

Điều mà em thích nhất là em được nghe nhạc hoàn toàn miễn phí trên trang web này.

제가 가장 좋아하는 점은 이 사이트에서 음악 감상을 완전히 무료로 할 수 있다는 것입니다.

앞에서 학습한 표현과 패턴을 활용하여 답변을 연습해 보세요.

Âm nhạc là một phần / của cuộc sống thường ngày đối với / hầu hết tất cả mọi người / trên khắp thế giới.

음악은 전 세계에서 거의 모든 사람들의 일상생활의 한 부분입니다.

Bất cứ ai cũng / có một thiết bị riêng / để nghe nhạc.

누구나, 음악 감상을 위한 개인 장비가 있습니다.

Ngày nay, / hầu hết chúng ta / đều nghe nhạc bằng điện thoại, và có thể dễ dàng tải / những bài hát trên Internet.

요즘, 거의 우리는 핸드폰으로 음악 감상을 하고, 인터넷에서 음악을 쉽게 다운로드할 수 있습니다.

Em cũng nghe nhạc / bằng điện thoại / vì có thể tải những bài nhạc / mà em muốn.

저 또한 제가 원하는 음악을 다운로드 받을 수 있기 때문에 핸드폰으로 음악을 듣습니다.

Với lại / các ứng dụng / hay trang web nghe nhạc / cũng rất là phong phú.

게다가 어플이나 웹사이트의 음악 또한 정말 많습니다.

Em thường nghe nhạc / qua Du Tup.

저는 보통 Du Tup을 통해 음악 감상을 합니다.

Ở đây / các ca sĩ, nhóm nhạc quốc tế / up những sản phẩm nhạc lên kênh của họ / và nhiều người chia sẻ các thể loại âm nhạc đa dạng.

여기에는, 가수와 외국 노래들이 모두 그들의 채널에 올라와 있고, 많은 사람들이 다양한 음악 종류를 공유합니다.

Điều mà / em thích nhất là / em được nghe nhạc hoàn toàn miễn phí / trên trang web này.

제가 가장 좋아하는 점은 이 사이트에서 음악 감상을 완전히 무료로 할 수 있다는 것입니다.

âm nhạc	음악	riêng	개인의
phần	부분	bằng	~(으)로
cuộc sống thường ngày	일상생활	dễ dàng	쉬운
đối với	~에(게) 있어서	tải	다운로드하다
hầu hết	거의	bài hát	노래
tất cả mọi	모든	ứng dụng	어플리케이션
trên khắp thế giới	전 세계에서	trang web	웹사이트
thiết bị	장비	phong phú	풍부한

06 필수 5문장 확인하기 🎧 35-02

앞에서 학습한 주요 표현과 패턴을 음원으로 들으며 따라 말해보세요.

음악 장비 소개
Bất cứ ai cũng có một thiết bị riêng để nghe nhạc.

보편적인 장비
Ngày nay, hầu hết chúng ta đều nghe nhạc bằng điện thoại, và có thể dễ dàng tải những bài hát trên Internet.

음악 감상 사이트
Em thường nghe nhạc qua Du Tup.

사이트의 장점
Ở đây, các ca sĩ và nhóm nhạc quốc tế đều tải những sản phẩm lên kênh của họ và nhiều người chia sẻ các thể loại âm nhạc đa dạng.

내가 생각하는 장점
Điều mà em thích nhất là em được nghe nhạc hoàn toàn miễn phí trên trang web này.

PART 2

돌발 주제

최근 구매한 가구 묘사

01 빈출 질문 🎧 36-01

1. Hãy nói về các thiết bị gia dụng hoặc đồ đạc bạn đã mua.

    당신이 구매한 가전제품이나 가구에 대해서 말해주세요.

2. Gần đây, bạn đã có mua thiết bị gia dụng hoặc
   đồ đạc nào không? Bạn mua gì? Bạn có hay sử dụng nó không?

    최근에, 당신은 어떤 가전제품이나 가구를 구매했습니까?
    무엇을 구매했습니까? 당신은 그것을 사용했습니까?

02 5 문장 아이디어 만들기

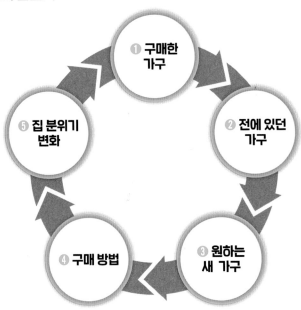

① 구매한 가구
② 전에 있던 가구
③ 원하는 새 가구
④ 구매 방법
⑤ 집 분위기 변화

필수 패턴 1

nho nhỏ ~   작은

구매한 가구

Gần đây, em đã mua một chiếc giường nho nhỏ.

최근에, 저는 작은 침대 하나를 샀습니다.

전에 있던 가구

Với lại, em đã trang trí một cái đèn sáng nên em nghĩ nó không phù hợp với phòng em.

게다가, 저는 인테리어로 조명을 하나 샀는데 제 생각에 제 방과 어울리지 않는 것 같습니다.

원하는 새 가구

Em muốn mua một cái giường đẹp và hiện đại.

저는 예쁘고 모던한 침대 하나를 사고 싶습니다.

구매 방법

Sau khi tìm hiểu về giá cả và thiết kế trên Internet, em đã đến cửa hàng để mua.

인터넷으로 가격과 디자인을 찾아본 후에, 저는 가게로 사러 갔습니다.

필수 패턴 2

vẫn cảm nhận được ~   여전히 ~(을)를 느끼다

집 분위기 변화

Sau khi mua giường, trong phòng rất sáng sủa nhưng vẫn cảm nhận được sự ấm áp.

침대를 구매한 후, 방 안이 밝지만 여전히 따뜻함을 느낍니다.

답변 연습하기

앞에서 학습한 표현과 패턴을 활용하여 답변을 연습해 보세요.

<u>Gần đây</u>, / em đã mua / một chiếc giường nho nhỏ.

최근에, 저는 작은 침대 하나를 샀습니다.

Khi em mới <u>chuyển nhà</u> đến, / ở đây / có một cái giường lớn hơi cũ.

제가 여기로 막 이사 왔을 때, 여기에 약간 낡은 큰 침대 하나가 있었습니다.

Nhưng / em sống một mình / nên không cần cái giường lớn như thế.

하지만 혼자 살고 있어서 그렇게 큰 침대는 필요 없었습니다.

Với lại, / em đã trang trí / một cái đèn sáng / nên em nghĩ nó <u>không phù hợp với</u> phòng em.

게다가, 저는 인테리어로 조명을 하나 샀는데 제 생각에는 제 방과 어울리지 않는 것 같습니다.

Em muốn mua / một cái giường / đẹp và <u>hiện đại</u>.

저는 예쁘고 모던한 침대 하나를 사고 싶습니다.

Sau khi tìm hiểu / về giá cả và thiết kế trên Internet, / em đã đến cửa hàng / để mua.

인터넷으로 가격과 디자인을 찾아본 후에, 저는 가게로 사러 갔습니다.

Em đặt giường / trong phòng ngủ.

저는 침실에 놓을 침대를 주문했습니다.

Sau khi mua giường, / trong phòng rất sáng sủa / nhưng vẫn cảm nhận được sự ấm áp.

침대를 구매한 후, 방 안이 밝지만 여전히 따뜻함을 느낍니다.

---

cũ	오래된, 낡은	**thiết kế**	디자인
không phù hợp với	~(와)과 어울리지 않다	**phòng ngủ**	침실
hiện đại	모던한, 현대의	**sáng**	밝은
giá cả	가격	**ấm áp**	따뜻한

06 필수 5문장 확인하기 🎧 36-02

앞에서 학습한 주요 표현과 패턴을 음원으로 들으며 따라 말해보세요.

구매한 가구
Gần đây, em đã mua một chiếc giường nho nhỏ.

전에 있던 가구
Với lại, em đã trang trí một cái đèn sáng nên em nghĩ nó không phù hợp với phòng em.

원하는 새 가구
Em muốn mua một cái giường đẹp và hiện đại.

구매 방법
Sau khi tìm hiểu về giá cả và thiết kế trên Internet, em đã đến cửa hàng để mua.

집 분위기 변화
Sau khi mua giường, trong phòng rất sáng sủa nhưng vẫn cảm nhận được sự ấm áp.

01 빈출 질문 🎧 37-01

1. Tôi muốn nghe về việc người ở nước bạn phân loại rác như thế nào.

   나는 당신 나라에서 분리수거를 어떻게 하고 있는지 듣고 싶습니다.

2. Hãy cho tôi biết cách bỏ rác và tái chế rác thải ở nước bạn như thế nào. Người ta thường tái sử dụng loại nào?

   나에게 당신 나라에서 쓰레기를 버리는 방법과 재활용을 어떻게 하고 있는지 알려주세요. 사람들은 보통 어떤 종류를 재활용합니까?

02 5 문장 아이디어 만들기

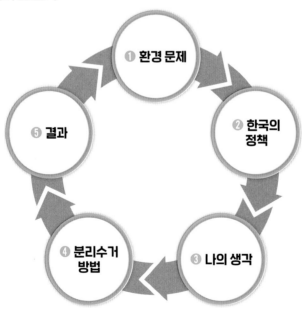

필수 패턴 1

vấn đề nghiêm trọng đối với ~   ~에 대해 심각한 문제

환경 문제

Dạo này, ô nhiễm môi trường là một vấn đề nghiêm trọng đối với chúng ta.

요즘, 환경 오염은 우리들에게 심각한 문제입니다.

한국의 정책

Hàn Quốc cũng coi trọng bảo vệ môi trường nên các quy định tái chế và phân loại rác cũng khá tốt.

한국도 환경 보호를 중요하게 생각해서 분리수거 규정 또한 꽤 잘 되어 있습니다.

나의 생각

Theo em, cách phân loại rác ở Hàn Quốc không khó.

제 생각에는, 한국의 분리수거는 어렵지 않습니다.

분리수거 방법

Người Hàn Quốc thường chia ra rác thành 5 nhóm, giấy, nhựa, chai, hộp và rác thải.

한국 사람은 보통 5 종류로 분류하는데, 종이, 플라스틱, 병, 상자 그리고 일반 쓰레기입니다.

필수 패턴 2

trong mấy năm gần đây ~   최근 몇 년 동안

결과

Cho nên em thấy trong mấy năm gần đây các chính sách này khá hiệu quả.

그래서 저는 최근 몇 년 동안 이 정책들이 꽤 효과가 있다고 생각합니다.

04 답변 연습하기

앞에서 학습한 표현과 패턴을 활용하여 답변을 연습해 보세요.

Dạo này, / ô nhiễm môi trường / là một vấn đề nghiêm trọng đối với chúng ta.
요즘, 환경 오염은 우리들에게 심각한 문제입니다.

Các chính sách tái chế / của nhiều quốc gia / cũng thay đổi nghiêm ngặt hơn / để quản lý chất thải tốt.
많은 국가들의 재활용 정책 또한 폐기물을 잘 관리하기 위해 엄격하게 바뀌었습니다.

Hàn Quốc cũng coi trọng / bảo vệ môi trường / nên các quy định tái chế / và phân loại rác / cũng khá tốt.
한국도 환경 보호를 중요하게 생각해서 분리수거 규정 또한 꽤 잘 되어 있습니다.

Theo em, / cách phân loại rác ở Hàn Quốc / không khó.
제 생각에는, 한국의 분리수거는 어렵지 않습니다.

Người Hàn Quốc / thường chia ra rác / thành 5 nhóm, giấy, nhựa, chai, hộp và rác thải.
한국 사람은 보통 5종류로 분류하는데, 종이, 플라스틱, 병, 상자 그리고 일반 쓰레기입니다.

Em nghĩ rằng / người Hàn Quốc / thực hiện chính sách này / rất tốt.
제 생각에 한국 사람들이 이 정책을 실행하는 것이 좋다고 생각합니다.

Cho nên / em thấy trong mấy năm gần đây / các chính sách này khá hiệu quả.
그래서 저는 최근 몇 년 동안 이 정책들이 꽤 효과가 있다고 생각합니다.

ô nhiễm môi trường	환경 오염	bảo vệ môi trường	환경을 보호하다
chính sách tái chế	재활용 정책	quy định	규정
thay đổi	바꾸다	phân loại rác	분리수거
nghiêm ngặt	엄격한	nhóm	그룹
quản lý	관리하다	thực hiện	실행하다
chất thải	쓰레기	chính sách	정책
coi trọng	중시하다	hiệu quả	효과가 있다

06 필수 5문장 확인하기 🎧 37-02

앞에서 학습한 주요 표현과 패턴을 음원으로 들으며 따라 말해보세요.

환경 문제
Dạo này, ô nhiễm môi trường là một vấn đề nghiêm trọng đối với chúng ta.

한국의 정책
Hàn Quốc cũng coi trọng bảo vệ môi trường nên các quy định tái chế và phân loại rác cũng khá tốt.

나의 생각
Theo em, cách phân loại rác ở Hàn Quốc không khó.

분리수거 방법
Người Hàn Quốc thường chia ra rác thành 5 nhóm, giấy, nhựa, chai, hộp và rác thải.

결과
Cho nên em thấy trong mấy năm gần đây các chính sách này khá hiệu quả.

01 빈출 질문 🎧 38-01

1. Khi bạn di chuyển, bạn thường đi lại bằng phương tiện gì?
   Bạn tự chạy xe hay đi bằng phương tiện giao thông công cộng?

   당신이 이동할 때, 당신은 보통 무엇으로 이동합니까?
   당신은 직접 운전을 합니까, 대중교통을 이용합니까?

2. Tôi muốn nghe về các loại phương tiện di chuyển ở nước bạn.
   Hệ thống giao thông ở nước bạn như thế nào?

   나는 당신 나라의 이동수단에 대해 알고 싶습니다.
   교통 체계는 어떻게 되어 있습니까?

02 5 문장 아이디어 만들기

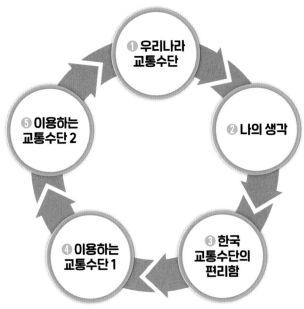

필수 패턴 1

cũng vô cùng ~   ~또한 무척

우리나라 교통수단

Em nghĩ rằng hệ thống giao thông ở Hàn Quốc cũng vô cùng phát triển.

저는 한국 교통수단 체계 또한 무척 잘 발달되어 있다고 생각합니다.

나의 생각

Vì em sống ở thủ đô Hàn Quốc, giao thông ở đây phức tạp như Hà Nội nên em không thích tự chạy xe.

왜냐하면 저는 한국의 수도에 사는데, 여기 교통은 하노이처럼 복잡해서 운전하는 것을 싫어합니다.

한국 교통수단의 편리함

Vả lại, các phương tiện giao thông công cộng ở đây cũng rất là tiện lợi.

더구나, 여기 대중교통 또한 정말 편리합니다.

이용하는 교통수단 1

Em thường đi lại bằng xe buýt, tàu điện ngầm.

저는 보통 버스나 지하철로 이동합니다.

필수 패턴 2

tùy theo ~   ~에 따라

이용하는 교통수단 2

Tùy theo thời gian em cũng có thể đi taxi hoặc chạy xe đạp.

시간에 따라 저는 택시나 자전거를 타기도 합니다.

04 답변 연습하기

앞에서 학습한 표현과 패턴을 활용하여 답변을 연습해 보세요.

Cô Mai có tò mò / về các phương tiện giao thông Hàn Quốc / không ạ?

Mai씨는 한국 교통수단에 대해 궁금하신 거죠?

Em nghĩ rằng / hệ thống giao thông ở Hàn Quốc / cũng vô cùng phát triển.

저는 한국 교통수단 체계 또한 무척 잘 발달되어 있다고 생각합니다.

Dù em chưa có bằng lái xe / nhưng cũng không có ý định / thi lấy bằng.

저는 아직 운전 면허증이 없지만 면허를 딸 계획은 없습니다.

Vì em sống ở thủ đô Hàn Quốc, / giao thông ở đây phức tạp / như Hà Nội / nên em không thích tự chạy xe.

왜냐하면 저는 한국의 수도에 사는데, 여기 교통은 하노이처럼 복잡해서 운전하는 것을 싫어합니다.

Vả lại, / các phương tiện / giao thông công cộng ở đây cũng rất là tiện lợi.

더구나, 여기 대중교통 또한 정말 편리합니다.

Em thường đi lại / bằng xe buýt, / tàu điện ngầm.

저는 보통 버스나 지하철로 이동합니다.

Tùy theo thời gian / em cũng có thể đi taxi / hoặc chạy xe đạp.

시간에 따라 저는 택시나 자전거를 타기도 합니다.

---

05 단어 학습하기

phương tiện giao thông	교통수단	**phức tạp**	복잡하다
phát triển	발전하다	**giao thông công cộng**	대중교통
hệ thống giao thông	교통체계	**tiện lợi**	편리한
bằng lái xe	운전면허증		

06 필수 5문장 확인하기 🎧 38-02

앞에서 학습한 주요 표현과 패턴을 음원으로 들으며 따라 말해보세요.

우리나라 교통수단
Em nghĩ rằng hệ thống giao thông ở Hàn Quốc cũng vô cùng phát triển.

나의 생각
Vì em sống ở thủ đô Hàn Quốc, giao thông ở đây phức tạp như Hà Nội nên em không thích tự chạy xe.

한국 교통수단의 편리함
Vả lại, các phương tiện giao thông công cộng ở đây cũng rất là tiện lợi.

이용하는 교통수단 1
Em thường đi lại bằng xe buýt, tàu điện ngầm.

이용하는 교통수단 2
Tùy theo thời gian em cũng có thể đi taxi hoặc chạy xe đạp.

01 빈출 질문 🎧 39-01

1. Ẩm thực có ảnh hưởng lớn trong cuộc sống của chúng ta.
   Hãy giới thiệu cho tôi quán ăn ở xung quanh nhà bạn.

   음식은 우리의 생활에 큰 영향이 있습니다.
   당신 집 근처의 식당에 대해 소개해 주세요.

2. Bạn có thể cho tôi biết quán ăn nào mà bạn hay đi ăn không?
   Bạn thường ăn gì ở đó? Bạn đi ăn một mình hay đi cùng bạn?

   당신은 나에게 당신이 자주 가는 식당에 대해 말할 수 있습니까?
   당신은 보통 거기에서 무엇을 먹습니까? 당신은 혼자 갑니까, 친구와 함께 갑니까?

02 5 문장 아이디어 만들기

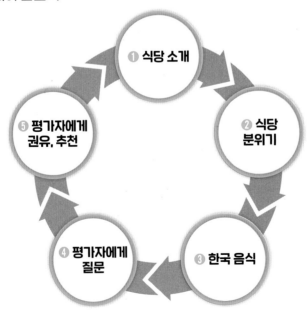

① 식당 소개
② 식당 분위기
③ 한국 음식
④ 평가자에게 질문
⑤ 평가자에게 권유, 추천

필수 표현

식당 소개

Trong đó, em muốn giới thiệu cho cô Mai một quán ăn Hàn Quốc; tên là Hankki Dookki.

그 중에서, 저는 Mai씨에게 이름이 Hankki Dookki 라는 한국 식당을 소개해 드리겠습니다.

필수 패턴 1

không quá ~ nhưng ~ 　　　너무 ~하지는 않지만

식당 분위기

Quán ăn này có không gian không quá rộng rãi nhưng sạch sẽ, được trang trí bắt mắt.

이 식당 공간이 너무 넓지는 않지만 깨끗하고 인테리어가 눈길을 끕니다.

한국 음식

Quán ăn này bán nhiều món ăn bình dân ở Hàn Quốc như Tteokbokki, Kimbob và canh kimchi v.v..

이 식당은 한국의 많은 대중 음식을 파는데, 떡볶이, 김밥, 김치찌개 등등입니다.

필수 패턴 2

nghe nói ~ 　　　~라고 듣다, 듣기로는~

평가자에게 질문

Nghe nói các bạn trẻ Việt Nam cũng thích lẩu Tteokbokki đúng không cô?

베트남 젊은 친구들 또한 떡볶이를 좋아한다고 들었는데, 맞죠?

평가자에게 권유, 추천

Em không biết cô Mai có biết Tteokbokki hay không nhưng mà em nghĩ là cô phải ăn Tteokbokki với Kimbob.

Mai씨가 떡볶이를 아는지 모르는지 모르지만 김밥과 함께 떡볶이를 꼭 드셔 보셨으면 좋겠습니다.

앞에서 학습한 표현과 패턴을 활용하여 답변을 연습해 보세요.

Gần nhà em / có nhiều <u>nhà hàng</u> / có món ăn ngon và đa dạng.

저희 집 근처에는 맛있고 다양한 음식이 있는 식당들이 있습니다.

Trong đó, / em muốn <u>giới thiệu</u> cho cô Mai / một quán ăn Hàn Quốc; tên là Hankki Dookki.

그 중에서, 저는 Mai씨에게 이름이 Hankki Dookki 라는 한국 식당을 소개해 드리겠습니다.

Quán ăn này / có không gian / không quá rộng rãi / nhưng sạch sẽ, được trang trí <u>bắt mắt</u>.

이 식당 공간이 너무 넓지는 않지만 깨끗하고 인테리어가 눈길을 끕니다.

Quán ăn này / bán nhiều món ăn bình dân ở Hàn Quốc / như Tteokbokki, / Kimbob / và canh kimchi v.v..

이 식당은 한국의 많은 대중 음식을 파는데, 떡볶이, 김밥, 김치찌개 등등입니다.

Ăn Tteokbokki với Kimbob / là menu / em <u>yêu nhất</u> cho bữa trưa.

떡볶이와 김밥은 제가 가장 좋아하는 점심 메뉴입니다.

Nghe nói / các bạn trẻ Việt Nam / cũng thích lẩu Tteokbokki đúng không cô?

베트남 젊은 친구들 또한 떡볶이를 좋아한다고 들었는데, 맞죠?

Em không biết / cô Mai có biết Tteokbokki / hay không nhưng mà / em nghĩ là / cô phải ăn Tteokbokki với Kimbob.

Mai씨가 떡볶이를 아는지 모르는지 모르지만 김밥과 함께 떡볶이를 꼭 드셔 보셨으면 좋겠습니다.

05 단어 학습하기

đa dạng	다양한	bắt mắt	눈길을 끌다
rộng rãi	넓은	yêu nhất	좋아하다
sạch sẽ	깨끗한	bữa trưa	점심

06 필수 5문장 확인하기 🎧 39-02

앞에서 학습한 주요 표현과 패턴을 음원으로 들으며 따라 말해보세요.

식당 소개 Trong đó, em muốn giới thiệu cho cô Mai một quán ăn Hàn Quốc; tên là Hankki Dookki.

식당 분위기 Quán ăn này có không gian không quá rộng rãi nhưng sạch sẽ, được trang trí bắt mắt.

한국 음식 Quán ăn này bán nhiều món ăn bình dân ở Hàn Quốc như Tteokbokki, Kimbob và canh kimchi v.v..

평가자에게 질문 Nghe nói các bạn trẻ Việt Nam cũng thích lẩu Tteokbokki đúng không cô?

평가자에게 권유, 추천 Em không biết cô Mai có biết Tteokbokki hay không nhưng mà em nghĩ là cô phải ăn Tteokbokki với Kimbob.

커피숍의 과거와 현재 비교 묘사

01 빈출 질문 🎧 40-01

1. Bạn thấy các quán cà phê đã thay đổi như thế nào trong những năm qua?

당신은 지난 몇 년간 커피숍이 어떻게 바뀌었다고 생각합니까?

2. Xu hướng kinh doanh quán cà phê hiện nay như thế nào?
Bạn thấy điều gì quan trọng trong lĩnh vực này?

현재 카페 운영 추세는 어떻습니까?
당신은 이 분야에서 중요한 것은 무엇이라고 생각합니까?

02 5 문장 아이디어 만들기

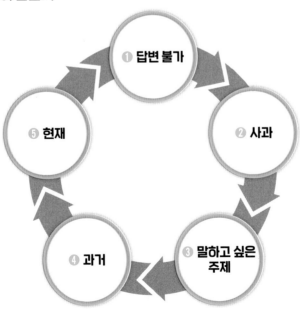

❶ 답변 불가
❷ 사과
❸ 말하고 싶은 주제
❹ 과거
❺ 현재

| 답변 불가 | Nhưng mà về vấn đề này thì... em chưa bao giờ suy nghĩ kỹ. |
그런데 이 문제에 대해서는... 제가 깊게 생각을 해본 적이 없습니다. |

| 사과 | Cô thông cảm cho em nha. Cảm ơn cô ạ. |
양해 부탁드립니다. 감사합니다. |

| 말하고 싶은 주제 | Thế thì em sẽ nói về điều mà em muốn nói về "Quán Cà Phê" nhé. |
그래서 제가 말하고 싶은 것은 "커피숍"입니다. |

필수 패턴 1

không có đủ ~   ~(이)가 충분하지 않다

| 과거 | Khi còn là học sinh ở quê của em, em không có đủ tiền để mua cà phê uống. |
제가 학생일 때 고향에서, 저는 커피를 사서 마실 충분한 돈이 없었습니다. |

필수 패턴 2

nào cũng được ~   어느 ~든지 가능하다

| 현재 | Bây giờ thì em lớn rồi. Em có thể tự mua cà phê nào cũng được. |
지금은 제가 어른이 되었습니다. 저는 어느 커피든지 살 수 있습니다. |

답변 연습하기

앞에서 학습한 표현과 패턴을 활용하여 답변을 연습해 보세요.

Dạ, em hoàn toàn hiểu / cô muốn hỏi gì.

네 저는 Mai씨가 무엇을 질문했는지 완벽하게 이해했습니다.

Cô đang nói về / 'quán cà phê'.

Mai씨는 커피숍에 대해 말하고 있습니다.

Nhưng mà / về vấn đề này thì... / em chưa bao giờ suy nghĩ kỹ.

그런데 이 문제에 대해서는... 제가 깊게 생각을 해본 적이 없습니다.

Em sẽ tìm hiểu / về điều đó rõ ràng hơn / sau cuộc phỏng vấn này.

이 인터뷰 후에 제가 이것에 대해서 더 확실하게 알아보겠습니다.

Cô thông cảm cho em nha. / Cảm ơn cô ạ.

양해 부탁드립니다. 감사합니다.

Thế thì em sẽ nói về / điều mà / em muốn nói về "quán cà phê" nhé.

그래서 제가 말하고 싶은 것은 "커피숍"입니다.

Khi còn là học sinh / ở quê của em, / em không có đủ tiền để mua cà phê uống.

제가 학생일 때 고향에서, 저는 커피를 사서 마실 충분한 돈이 없었습니다.

Cho nên / em thường uống cà phê / mà bố mẹ mua cho.

그래서 저는 보통 부모님이 사주신 커피를 마셨습니다.

Bây giờ thì / em lớn rồi. Em có thể tự mua cà phê nào cũng được.

지금은 제가 어른이 되었습니다. 저는 어느 커피든지 살 수 있습니다.

Cho nên là / thỉnh thoảng / em mua cho bố mẹ một ly cà phê.

그래서 가끔 저는 부모님께 커피 한 잔씩 사드립니다.

---

hoàn toàn	완전하게	rõ ràng	확실한, 명확한
chưa bao giờ	~해 본 적이 없다	cuộc phỏng vấn	인터뷰
suy nghĩ kỹ	깊이 생각하다		

06 필수 5문장 확인하기 🎧 40-02

앞에서 학습한 주요 표현과 패턴을 음원으로 들으며 따라 말해보세요.

| 답변 불가 | Nhưng mà về vấn để này thì... em chưa bao giờ suy nghĩ kỹ. |

| 사과 | Cô thông cảm cho em nha. Cảm ơn cô ạ. |

| 말하고 싶은 주제 | Thế thì em sẽ nói về điều mà em muốn nói về "quán cà phê" nhé. |

| 과거 | Khi còn là học sinh ở quê của em, em không có đủ tiền để mua cà phê uống. |

| 현재 | Bây giờ thì em lớn rồi. Em có thể tự mua cà phê nào cũng được. |

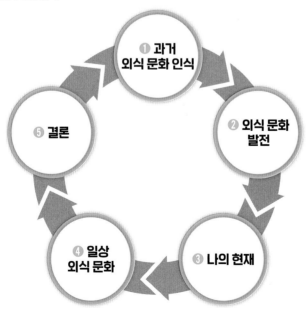# 41 최근 몇 년 간의 외식 문화 변화

01 빈출 질문 🎧 41-01

1. Bạn có hay đi ăn ngoài không?
   Trong những năm gần đây, việc ăn ngoài đã thay đổi như thế nào?

   당신은 자주 외식을 합니까?
   최근 몇 년 동안, 외식은 어떻게 변화했습니까?

2. Gần đây, bạn đi ăn ở đâu? Bạn đã ăn gì, với ai?

   최근, 당신은 어디서 식사를 했습니까? 당신은 무엇을, 누구와 먹었습니까?

02 5 문장 아이디어 만들기

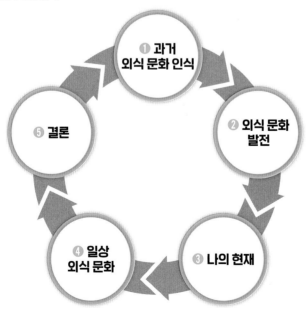

- ❶ 과거 외식 문화 인식
- ❷ 외식 문화 발전
- ❸ 나의 현재
- ❹ 일상 외식 문화
- ❺ 결론

필수 표현

| 과거
외식 문화
인식 | Bố mẹ em luôn nói rằng bữa ăn tại nhà ngon hơn và lành mạnh hơn so với đi ăn ở ngoài.
제 부모님은 항상 외식보다 집에 서 먹는 것이 더 맛있고, 건강하다고 하셨습니다. |

필수 패턴 1

đồng thời ~   동시에~

| 외식 문화
발전 | Đồng thời, các dịch vụ nhà hàng cũng phát triển mạnh mẽ.
동시에, 식당의 서비스도 강하게 발전했습니다. |

| 나의 현재 | Đi ăn ngoài cũng có thể ăn những món ăn đa dạng.
외식은 또한 다양한 음식을 많이 먹을 수 있습니다. |

| 일상
외식 문화 | Em và các bạn cùng lớp của em thường tìm các nhà hàng nổi tiếng trên phây búc.
저와 같은 반 친구들은 보통 phây búc에서 유명한 맛집을 찾습니다. |

필수 패턴 2

không chỉ là ~ mà còn là ~   ~뿐만 아니라 ~이다

| 결론 | Nó không chỉ là việc ăn một bữa cơm mà còn là một sở thích của tụi em.
그것은 먹는 것뿐만 아니라 저희들의 취미이기도 합니다. |

앞에서 학습한 표현과 패턴을 활용하여 답변을 연습해 보세요.

Bố mẹ em luôn nói rằng / bữa ăn tại nhà / ngon hơn và lành mạnh hơn / so với
đi ăn ở ngoài.

제 부모님은 항상 외식보다 집에 서 먹는 것이 더 맛있고, 건강하다고 하셨습니다.

Cho nên / khi còn là học sinh / em thường ăn ở nhà, / ít đi ăn ở ngoài.

그래서 제가 학생일 때 저는 보통 집에서 먹고, 밖에서 먹는 것은 적었습니다.

Nhưng bây giờ thì / nền kinh tế Hàn Quốc / đã phát triển.

그러나 지금은 한국 경제가 발전했습니다.

Đồng thời, / các dịch vụ nhà hàng / cũng phát triển mạnh mẽ.

동시에, 식당의 서비스도 강하게 발전했습니다.

Đi ăn ngoài / cũng có thể ăn / những món ăn đa dạng.

외식은 또한 다양한 음식을 많이 먹을 수 있습니다.

Em và các bạn cùng lớp của em / thường tìm các nhà hàng nổi tiếng / trên
phây búc.

저와 같은 반 친구들은 보통 phây búc에서 유명한 맛집을 찾습니다.

Rồi / coi các review / và xem xem quán ăn đó cách trường đại học của em bao xa.

그리고 리뷰들을 보기도 하고 제 대학교와 그 식당이 거리가 얼마나 먼지도 봅니다.

Dù nhà hàng hơi xa / nhưng / nếu nhà hàng đó có vẻ ngon thì / tụi em vẫn đi.

식당이 약간 멀지라도 식당이 맛있어 보이면 저희들은 갑니다.

Nó không chỉ là / việc ăn một bữa cơm mà còn là / một sở thích của tụi em.

그것은 먹는 것뿐만 아니라 저희들의 취미이기도 합니다.

Thế nên / em cũng thích / đăng ảnh đồ ăn lên / tài khoản của em.

그래서 저는 또한 제 계정에 음식 사진들을 업로드합니다.

bữa ăn	식사	đa dạng	다양한
lành mạnh	건강한	cùng lớp	같은 반
so với	~(와)과 비교하다	nổi tiếng	유명한
kinh tế	경제	bao xa	얼마나 멀다
phát triển	발전하다	có vẻ	~처럼 보이다
đồng thời	동시에	bữa cơm	식사
dịch vụ	서비스	đăng	업로드하다
mạnh mẽ	강한, 센	tài khoản	계정

06 필수 5문장 확인하기 🎧 41-02

앞에서 학습한 주요 표현과 패턴을 음원으로 들으며 따라 말해보세요.

과거 외식 문화 인식	Bố mẹ em luôn nói rằng bữa ăn tại nhà ngon hơn và lành mạnh hơn so với đi ăn ở ngoài.
외식 문화 발전	Đồng thời, các dịch vụ nhà hàng cũng phát triển mạnh mẽ.
나의 현재	Đi ăn ngoài cũng có thể ăn những món ăn đa dạng.
일상 외식 문화	Em và các bạn cùng lớp của em thường tìm các nhà hàng nổi tiếng trên phây búc.
결론	Nó không chỉ là việc ăn một bữa cơm mà còn là một sở thích của tụi em.

01 빈출 질문 🎧 42-01

1. Hãy nói cho tôi nghe về nhà hàng bán đồ ăn mang về hoặc có dịch vụ giao đồ ăn.
   Họ thường cung cấp dịch vụ như thế nào, bán món ăn gì?

   나는 식당의 포장 또는 배달에 대해서 듣고 싶습니다.
   그들은 보통 서비스를 어떻게 하고 있고, 당신은 무엇을 먹습니까?

02 5 문장 아이디어 만들기

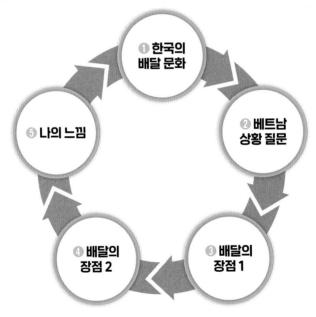

❶ 한국의 배달 문화

❷ 베트남 상황 질문

❸ 배달의 장점 1

❹ 배달의 장점 2

❺ 나의 느낌

한국의 배달 문화	Dạo gần đây, em không đi ăn ở ngoài nhiều vì dịch vụ giao đồ ăn ở thành phố bên em rất là tốt.
	요즘, 저는 외식을 많이 하지 않는데, 제가 있는 도시의 음식 배달 서비스가 매우 좋아졌기 때문입니다.

베트남 상황 질문	Chắc ở Việt Nam cũng có ứng dụng chuyên về dịch vụ đặt món và giao tận nhà đúng không cô?
	베트남도 음식을 집까지 배달하는 서비스가 있을 것 같은데, 맞나요?

필수 패턴 1

thậm chí là ~   심지어 ~이다

배달의 장점 1	Cô sẽ ngạc nhiên vì ở đâu cũng cô có thể nhận được đồ ăn, thậm chí là ở công viên, bãi biển.v.v..
	아마도 놀라실 것 같은데, 음식을 어디에서나 받을 수 있습니다, 심지어 공원, 해변 등등에서도요.

필수 패턴 2

trong vòng nửa tiếng ~   30분 안에

배달의 장점 2	Và họ giao hàng cũng rất nhanh, người giao hàng sẽ tới trong vòng nửa tiếng.
	그리고 그들은 배달이 정말 빠른데, 배달하는 분들은 30분 안에 도착합니다.

나의 느낌	Em nghĩ em rất là may mắn khi sống ở thành phố này.
	저는 이 도시에 사는 것을 정말 운이 좋다고 생각합니다.

04 답변 연습하기

앞에서 학습한 표현과 패턴을 활용하여 답변을 연습해 보세요.

Ôi, chủ đề này hay quá. / Em rất quan tâm đến / chủ đề này.

오, 이 주제 정말 재미있어요. 저는 이 주제에 정말 관심이 많습니다.

Em cũng muốn biết / bên Việt Nam thì như thế nào.

저는 베트남도 어떤지 알고 싶습니다.

Dạo gần đây, / em không đi ăn ở ngoài nhiều vì / dịch vụ giao đồ ăn / ở thành phố bên em / rất là tốt.

요즘, 저는 외식을 많이 하지 않는데, 제가 있는 도시의 음식 배달 서비스가 매우 좋아졌기 때문입니다.

Trong những năm gần đây, / dịch vụ giao đồ ăn các nước trên thế giới / đều đã trở nên phổ biến.

최근 몇 년 동안, 세계의 나라들도 음식 배달이 보편화되고 있습니다.

Chắc ở Việt Nam / cũng có / ứng dụng chuyên về dịch vụ đặt món / và giao tận nhà / đúng không cô?

베트남도 음식을 집까지 배달하는 어플리케이션이 있을 것 같은데, 맞나요?

Ở thành phố này, / dịch vụ giao đồ ăn / cũng phát triển lắm.

이 도시에서도 음식 배달이 매우 발달되어 있습니다.

Cô sẽ ngạc nhiên / vì ở đâu cũng / cô có thể nhận được đồ ăn, thậm chí là ở công viên, bãi biển.v.v..

아마도 놀라실 것 같은데, 음식을 어디에서나 받을 수 있습니다, 심지어 공원, 해변 등등에서도요.

Và họ giao hàng / cũng rất nhanh, người giao hàng / sẽ tới trong vòng nửa tiếng.

그리고 그들은 배달이 정말 빠른데, 배달하는 분들은 30분 안에 도착합니다.

Em nghĩ / rất là may mắn / khi sống ở thành phố này.

저는 이 도시에 사는 것을 정말 운이 좋다고 생각합니다.

05 단어 학습하기

chủ đề	주제	**ứng dụng**	어플리케이션
quan tâm	관심이 있다	**đặt món**	음식을 주문하다
trên thế giới	세계에서	**ngạc nhiên**	놀라다
phổ biến	보편적인		

06 필수 5문장 확인하기 🎧 42-02

앞에서 학습한 주요 표현과 패턴을 음원으로 들으며 따라 말해보세요.

한국의 배달 문화	Dạo gần đây, em không đi ăn ở ngoài nhiều vì dịch vụ giao đồ ăn ở thành phố bên em rất là tốt.
베트남 상황 질문	Chắc ở Việt Nam cũng có ứng dụng chuyên về dịch vụ đặt món và giao tận nhà đúng không cô?
배달의 장점 1	Cô sẽ ngạc nhiên vì ở đâu cũng cô có thể nhận được đồ ăn, thậm chí là ở công viên, bãi biển.v.v..
배달의 장점 2	Và họ giao hàng cũng rất nhanh, người giao hàng sẽ tới trong vòng nửa tiếng.
나의 느낌	Em nghĩ em rất là may mắn khi sống ở thành phố này.

01 빈출 질문 🎧 43-01

1. Thời tiết ở thành phố của bạn như thế nào? Hãy mô tả thời tiết ở nơi bạn đang sống.
   Nhiệt độ ở đấy thế nào? Bạn đang cảm thấy nóng hay lạnh?
   Hôm nay bạn mặc gì?

   당신 도시의 날씨는 어떤가요? 당신이 살고 있는 곳의 날씨를 묘사하세요.
   그곳의 온도는 어떤가요? 당신은 더운가요, 추운가요? 오늘 당신은 무엇을 입었습니까?

02 5 문장 아이디어 만들기

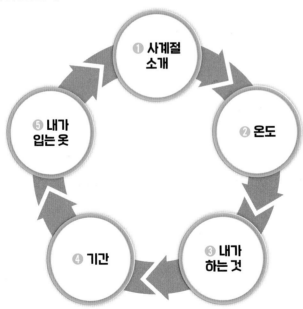

필수 패턴 1

bao gồm ~   ~(을)를 포함하다

사계절 소개

Hàn Quốc bao gồm 4 mùa, đó là mùa xuân, mùa hè, mùa thu và mùa đông.

한국은 4계절이 있는데, 그것은 봄, 여름, 가을, 겨울입니다.

온도

Mùa này có hoa anh đào, nhiệt độ trung bình ở Seoul khoảng 15 tới 20 độ C.

이 계절은 벚꽃이 있고, 서울의 평균 기온은 15도 에서 20도 정도입니다.

필수 패턴 2

trở nên ~   ~하게 되다

내가 하는 것

Mùa hè thì thành phố cũng có thể trở nên khá nóng, mọi người thường đi biển chơi hay uống nước đá nhiều.

여름에는 꽤 더워지는데, 모든 사람들은 보통 바다로 놀러 가거나 물을 많이 마십니다.

기간

Em nghĩ thời gian thích nhất của Hàn Quốc là vào mùa thu, giữa tháng 9 đến tháng 11.

저는 한국에서 가장 좋아하는 시간은 9월부터 11월 까지의 가을이라고 생각합니다.

내가 입는 옷

Thời tiết hôm nay cực kỳ lạnh nên em phải mặc áo dày.

오늘 날씨가 너무 추워서 저는 두꺼운 옷을 입었습니다.

앞에서 학습한 표현과 패턴을 활용하여 답변을 연습해 보세요.

Thời tiết ở Hàn Quốc / được xếp vào / loại khí hậu ôn hòa.
한국의 날씨는 온화한 기후로 분류됩니다.

Hàn Quốc bao gồm 4 mùa, đó là / mùa xuân, mùa hè, mùa thu và mùa đông.
한국은 4계절이 있는데, 그것은 봄, 여름, 가을, 겨울입니다.

Mùa xuân Hàn Quốc / kéo dài / từ đầu tháng 3 đến tháng 5.
한국의 봄은 3월초에서 5월까지 입니다.

Mùa này / có hoa anh đào, nhiệt độ trung bình / ở Seoul / khoảng 15 tới 20 độ C.
이 계절은 벚꽃이 있고, 서울의 평균 기온은 15도 에서 20도 정도입니다.

Rất là ấm áp / nên nhiều người / thích đi ra ngoài chơi.
정말 따뜻해서 많은 사람들이 밖으로 놀러가는 것을 좋아합니다.

Mùa hè thì / thành phố cũng / có thể trở nên khá nóng, mọi người thường đi biển chơi / hay uống nước đá nhiều.
여름에는 꽤 더워지는데, 모든 사람들은 보통 바다로 놀러 가거나 물을 많이 마십니다.

Em nghĩ / thời gian thích nhất của Hàn Quốc / là vào mùa thu, giữa tháng 9 đến tháng 11.
저는 한국에서 가장 좋아하는 시간은 9월부터 11월 까지의 가을이라고 생각합니다.

Cô có thể nhìn / bầu trời xanh rực rỡ / và lá vàng, lá đỏ vào mùa này.
이 계절에 파란 하늘과 노랗고 빨간 나뭇잎을 볼 수 있습니다.

Còn bây giờ, / Hàn Quốc đang là mùa đông.
그리고 지금, 한국은 겨울입니다.

Hôm nay là / ngày 12 tháng 1 / nên là đang vào mùa đông khắc nghiệt.
오늘은 1월 12일 이라서 한창 겨울입니다.

Thời tiết hôm nay cực kỳ lạnh / nên em phải mặc áo dày.
오늘 날씨가 너무 추워서 저는 두꺼운 옷을 입었습니다.

Nhưng em có thể nhìn / cảnh tuyết trắng đẹp / như tranh vẽ.
그러나 그림같은 희고 아름다운 눈 풍경을 볼 수 있습니다.

---

thời tiết	날씨	**lá vàng**	노란색 잎
xếp	분류하다	**lá đỏ**	음식을 주문하다
khí hậu ôn hòa	온화 기후	**khắc nghiệt**	드센
kéo dài	지속하다	**cực kỳ**	극심한
nhiệt độ trung bình	평균 온도	**mặc**	입다
ấm áp	따뜻한	**cảnh**	풍경
ngạc nhiên	놀라다	**tuyết**	눈
bầu trời xanh rực rỡ	파란 하늘	**tranh vẽ**	그림

06 필수 5문장 확인하기 🎧 43-02

앞에서 학습한 주요 표현과 패턴을 음원으로 들으며 따라 말해보세요.

사계절 소개	Hàn Quốc bao gồm 4 mùa, đó là mùa xuân, mùa hè, mùa thu và mùa đông.

온도	Mùa này có hoa anh đào, nhiệt độ trung bình ở Seoul khoảng 15 tới 20 độ C.

내가 하는 것	Mùa hè thì thành phố cũng có thể trở nên khá nóng, mọi người thường đi biển chơi hay uống nước đá nhiều.

기간	Em nghĩ thời gian thích nhất của Hàn Quốc là vào mùa thu, giữa tháng 9 đến tháng 11.

내가 입는 옷	Thời tiết hôm nay cực kỳ lạnh nên em phải mặc áo dày.

bài

44 우리나라 패션 트렌드 소개

01 빈출 질문 🎧 44-01

1. Tôi muốn nghe về trang phục của mọi người ở nước của bạn.
   Người ta thường mặc loại quần áo nào?
   Họ có mặc quần áo khác nhau vào các trường hợp khác nhau không?
   Hãy nói cho tôi nghe một cách chi tiết.

   나는 당신 나라의 사람들 패션에 대해 듣고 싶습니다.
   사람들은 보통 어느 종류의 옷을 입습니까?
   그들은 상황에 따라 옷을 다르게 입습니까?
   나에게 자세하게 말해주세요.

02 5 문장 아이디어 만들기

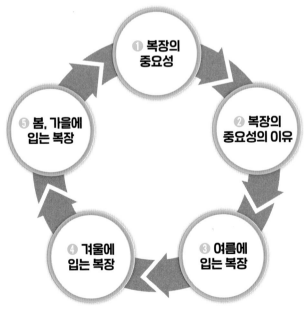

❶ 복장의 중요성
❷ 복장의 중요성의 이유
❸ 여름에 입는 복장
❹ 겨울에 입는 복장
❺ 봄, 가을에 입는 복장

복장의
중요성

Nhưng theo em, trang phục phù hợp với thời tiết là quan trọng nhất.

그런데 저는 날씨와 맞는 복장이 가장 중요하다고 생각합니다.

복장
중요성의
이유

Nó vừa bảo vệ sức khỏe vừa thể hiện được phong cách thời trang hiện đại vào thời điểm ấy.

그것은 건강을 지키면서 지금의 그 날씨에 맞는 복장이라는 것을 표현할 수 있는 것입니다.

여름에
입는 복장

Vào mùa hè, người Hàn thường mặc áo phông và quần ngắn.

여름에, 한국 사람들은 보통 티셔츠와 반바지를 입습니다.

필수 패턴 1

chú ý đầu tiên là ~   첫 번째로 주의할 것은 ~이다

겨울에
입는 복장

Vào mùa đông, ở Hàn Quốc cực kỳ lạnh nên khi lựa chọn trang phục, điều cần chú ý đầu tiên là đủ độ dài và dày.

겨울에, 한국은 무척 추워서 복장을 고를 때에 첫 번째로 주의해야 할 것은 충분히 길고 두꺼워야 합니다.

필수 패턴 2

có nhiều sự lựa chọn ~   선택 사항이 많이 있다

봄, 가을에
입는 복장

Mùa xuân và mùa thu thì có nhiều sự lựa chọn hơn cho loại quần áo và màu sắc.

봄과 가을에는 옷의 종류와 색상에서 선택 사항이 더 많습니다.

답변 연습하기

앞에서 학습한 표현과 패턴을 활용하여 답변을 연습해 보세요.

Có rất nhiều người / muốn mình thật đẹp / trong mắt người khác.
많은 사람들이 다른 사람 보다 자신이 예뻐 보이길 원합니다.

Nhưng theo em, / trang phục / phù hợp với thời tiết là quan trọng nhất.
그런데 저는 날씨와 맞는 복장이 가장 중요하다고 생각합니다.

Nó vừa bảo vệ sức khỏe / vừa thể hiện được phong cách thời trang hiện đại / vào thời điểm ấy.
그것은 건강을 지키면서 지금의 그 날씨에 맞는 복장이라는 것을 표현할 수 있는 것입니다.

Hàn Quốc có 4 mùa rõ rệt, / mùa xuân, hạ, thu, đông.
한국은 명확하게 4계절이 있는데, 봄, 여름, 가을 겨울입니다.

Cho nên là / người Hàn thường chọn trang phục / tùy vào thời tiết.
그래서 한국 사람은 보통 날씨에 맞게 옷을 선택합니다.

Vào mùa hè, / người Hàn thường mặc áo phông / và quần ngắn.
여름에, 한국 사람들은 보통 티셔츠와 반바지를 입습니다.

Họ thường mặc quần áo có màu sáng / để mang lại cảm giác thoải mái.
그들은 보통 편안한 기분을 위해 밝은 색 옷을 입습니다.

Vào mùa đông, / ở Hàn Quốc cực kỳ lạnh / nên khi lựa chọn trang phục, / điều cần chú ý đầu tiên là đủ độ dài và dày.
겨울에, 한국은 무척 추워서 복장을 고를 때에 첫 번째로 주의해야 할 것은 충분히 길고 두꺼워야 합니다.

Họ mặc áo tay dài, áo len và áo khoác để giữ ấm.
그들은 체온 유지를 위해 긴 팔, 니트 그리고 코트를 입습니다.

Có màu sắc tối / như đỏ, cam, xám hoặc đen.
빨간색, 오렌지색, 회색, 검정색 같은 어두운 색이나 검정색이 있습니다.

Mùa xuân và mùa thu thì / có nhiều sự lựa chọn hơn cho loại quần áo và màu sắc.
봄과 가을에는 옷의 종류와 색상에서 선택 사항이 더 많습니다.

Cho nên / khi ra đường, / em thấy mọi người mặc quần áo với nhiều phong cách đa dạng.
그래서 길에 나가면, 저는 다양하게 옷을 입은 사람들을 볼 수 있습니다.

---

trang phục	복장, 의상	cảm giác	감각
bảo vệ	보호하다	lựa chọn	선택하다
thể hiện	표현하다, 나타내다	dày	두꺼운
thời điểm	시기, 시점	áo tay dài	팔이 긴 옷
rõ rệt	명확한	áo khoác	코트, 외투
quần ngắn	반바지	giữ	유지하다
màu sáng	밝은 색	ấm	따뜻한

06 필수 5문장 확인하기 🎧 44-02

앞에서 학습한 주요 표현과 패턴을 음원으로 들으며 따라 말해보세요.

복장의 중요성
Nhưng theo em, trang phục phù hợp với thời tiết là quan trọng nhất.

복장 중요성의 이유
Nó vừa bảo vệ sức khỏe vừa thể hiện được phong cách thời trang hiện đại vào thời điểm ấy.

여름에 입는 복장
Vào mùa hè, người Hàn thường mặc áo phông và quần ngắn.

겨울에 입는 복장
Vào mùa đông, ở Hàn Quốc cực kỳ lạnh nên khi lựa chọn trang phục, điều cần chú ý đầu tiên là đủ độ dài và dày.

봄, 가을에 입는 복장
Mùa xuân và mùa thu thì có nhiều sự lựa chọn hơn cho loại quần áo và màu sắc.

45 은행 업무 묘사

01 빈출 질문 🎧 45-01

1. Bạn đi ngân hàng để làm gì? Bạn thường đi ngân hàng nào?
   Ngân hàng đó mở và đóng cửa lúc mấy giờ?

   당신은 은행에 무엇을 하러 갑니까? 당신은 보통 어느 은행을 갑니까?
   그 은행은 몇 시에 문을 열고 닫습니까?

02 5 문장 아이디어 만들기

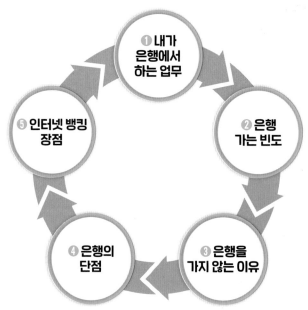

❶ 내가 은행에서 하는 업무
❷ 은행 가는 빈도
❸ 은행을 가지 않는 이유
❹ 은행의 단점
❺ 인터넷 뱅킹 장점

03 필수 표현

내가 은행에서 하는 업무

Em thường đi ngân hàng gần nhà em để chuyển tiền hoặc gửi tiền tiết kiệm.

저는 보통 집 근처 은행에 송금이나 저축을 하러 갑니다.

필수 패턴 1

còn ~ nữa ~   더이상

은행 가는 빈도

Nhưng gần 1 năm nay, em không còn đi ngân hàng nữa.

그러나 최근 1년간, 저는 더이상 은행에 가지 않습니다.

은행을 가지 않는 이유

Tại vì dạo này em dùng ngân hàng trực tuyến nhiều hơn.

왜냐하면 요즘 저는 인터넷 뱅킹을 더 많이 사용하기 때문입니다.

은행의 단점

Em làm việc từ 9 giờ đến 6 giờ nên khi em muốn đi ngân hàng thì nó cũng đóng cửa rồi.

저는 9시 부터 6시까지 일을 해서 제가 은행에 가고 싶을 때에는 이미 문을 닫습니다.

필수 패턴 2

chỉ cần ~   단지 ~(이)면 되다

인터넷 뱅킹 장점

Em không cần đi tới ngân hàng, chỉ cần điện thoại thôi.

저는 은행까지 갈 필요가 없는데, 단지 전화면 됩니다.

답변 연습하기

앞에서 학습한 표현과 패턴을 활용하여 답변을 연습해 보세요.

Ở Hàn Quốc / hầu hết các ngân hàng / mở cửa từ 9 giờ sáng đến 4 hay 5 giờ chiều.

한국에서 거의 모든 은행은 오전 9시에 문을 열고 오후 4시나 5시에 문을 닫습니다.

Em thường đi ngân hàng gần nhà em / để <u>chuyển tiền</u> hoặc <u>gửi tiền tiết kiệm</u>.

저는 보통 집 근처 은행에 송금이나 저축을 하러 갑니다.

Nhưng gần 1 năm nay, / em không còn đi ngân hàng nữa.

그러나 최근 1년간, 저는 더이상 은행에 가지 않습니다.

Tại vì dạo này / em dùng <u>ngân hàng trực tuyến</u> nhiều hơn.

왜냐하면 요즘 저는 인터넷 뱅킹을 더 많이 사용하기 때문입니다.

Em làm việc từ 9 giờ đến 6 giờ / nên khi em muốn đi ngân hàng thì nó cũng đóng cửa rồi.

저는 9시 부터 6시까지 일을 해서 제가 은행에 가고 싶을 때에는 이미 문을 닫습니다.

Tuy nhiên / ngân hàng Internet thì không như vậy.

그러나 인터넷 뱅킹은 그렇지 않습니다.

Em không cần đi tới ngân hàng, / chỉ cần điện thoại thôi.

저는 은행까지 갈 필요가 없는데, 단지 전화면 됩니다.

Nó giúp em / chuyển tiền hay gửi tiết kiệm / 24 giờ.

그것은 저에게 24시간 송금이나 저축을 하게 해줍니다.

ngân hàng	은행	ngân hàng trực tuyến	인터넷 뱅킹
chuyển tiền	송금하다	đóng cửa	문을 닫다
gửi tiền tiết kiệm	저축하다		

06 필수 5문장 확인하기 🎧 45-02

앞에서 학습한 주요 표현과 패턴을 음원으로 들으며 따라 말해보세요.

내가 은행에서 하는 업무	Em thường đi ngân hàng gần nhà em để chuyển tiền hoặc gửi tiền tiết kiệm.
은행 가는 빈도	Nhưng gần 1 năm nay, em không còn đi ngân hàng nữa.
은행을 가지 않는 이유	Tại vì dạo này em dùng ngân hàng trực tuyến nhiều hơn.
은행의 단점	Em làm việc từ 9 giờ đến 6 giờ nên khi em muốn đi ngân hàng thì nó cũng đóng cửa rồi.
인터넷 뱅킹 장점	Em không cần đi tới ngân hàng, chỉ cần điện thoại thôi.

주로 사용하는 인터넷 웹사이트 묘사

01 빈출 질문 🎧 46-01

1. Bây giờ tôi muốn hỏi về trang web bạn thường sử dụng.
   Bạn thường xuyên truy cập trang web nào? Tại sao?
   Nó có ảnh hưởng gì đến cuộc sống của bạn?

   지금 나는 당신이 보통 사용하는 인터넷 웹사이트에 대해 묻고 싶습니다.
   당신은 주로 어떤 인터넷 웹사이트를 이용하나요? 이유는 무엇입니까?
   그것은 당신의 생활에 무슨 영향을 주었습니까?

02 5 문장 아이디어 만들기

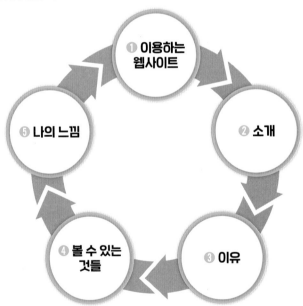

- ❶ 이용하는 웹사이트
- ❷ 소개
- ❸ 이유
- ❹ 볼 수 있는 것들
- ❺ 나의 느낌

필수 패턴 1

thường xuyên ~ 주로, 주로

이용하는 웹사이트

Em thường xuyên truy cập trang web Du Tub.

저는 주로 Du Tub 사이트를 이용합니다.

필수 패턴 2

nói riêng ~, nói chung ~ ~도 그렇고, ~도 그렇다

소개

Du Tub là một trong những trang web phổ biến nhất tại Hàn Quốc nói riêng và trên toàn thế giới nói chung.

Du Tub는 한국에서도 가장 보편적인 웹사이트 중 하나이고, 전세계에서도 그렇습니다.

이유

Với lại, em cũng thường xem các video trên Du Tub để cập nhật thông tin.

게다가, 저도 보통 최신 정보를 알기 위해 Du Tub 사이트에서 영상들을 봅니다.

볼 수 있는 것들

Ngoài việc giải trí, em còn có thể tìm các quảng cáo của sản phẩm, những địa điểm du lịch và các quyển sách học tiếng Việt nữa.

오락거리 외에도, 저는 상품의 광고, 여행지 그리고 베트남어 학습책도 찾을 수 있습니다.

나의 느낌

Em thấy em hơi nghiện Du Tub nhưng không sao vì nó có ích đối với em.

저는 Du Tub에 약간 중독되었지만 그것은 저에게 유익하기 때문에 괜찮습니다.

답변 연습하기

앞에서 학습한 표현과 패턴을 활용하여 답변을 연습해 보세요.

Số lượng người dùng Internet / ngày càng cao.

인터넷을 사용하는 사람들이 날이 갈수록 높아집니다.

Em cũng là / người / hay sử dụng Internet.

저 또한 인터넷을 자주 사용하는 사람입니다.

Em thường xuyên truy cập / trang web Du Tub.

저는 주로 Du Tub 사이트를 이용합니다.

Du Tub là / một trong những trang web / phổ biến nhất tại Hàn Quốc nói riêng /
và trên toàn thế giới nói chung.

Du Tub는 한국에서도 가장 보편적인 웹사이트 중 하나이고, 전세계에서도 그렇습니다.

Em có thể xem / và tải / những video / mà người khác chia sẻ.

저는 다른 사람들이 공유한 영상을 보고 다운로드도 할 수 있습니다.

Với lại, / em cũng thường xem / các video trên Du Tub / để cập nhật thông tin.

게다가, 저도 보통 최신 정보를 알기 위해 Du Tub 사이트에서 영상들을 봅니다.

Ngoài việc giải trí, / em còn có thể tìm / các quảng cáo của sản phẩm, / những
địa điểm du lịch / và các quyển sách học tiếng Việt nữa.

오락거리 외에도, 저는 상품의 광고, 여행지 그리고 베트남어 학습책도 찾을 수 있습니다.

Mỗi ngày / em thường xem video / hơn 2 tiếng.

매일 보통 저는 2시간이 넘게 영상을 봅니다.

Em thấy / em hơi nghiện Du Tub / nhưng không sao vì / nó có ích / đối với em.

저는 Du Tub에 약간 중독되었지만 그것은 저에게 유익하기 때문에 괜찮습니다.

---

số lượng	수량	chia sẻ	공유하다
dùng	사용하다	cập nhật	업데이트하다
truy cập	접속하다	giải trí	오락, 예능
trang web	웹페이지	quảng cáo	광고
phổ biến	보편적인	nghiện	중독되다
toàn thế giới	전세계	có ích	이익이 있다
tải	다운로드하다		

06 필수 5문장 확인하기 🎧 46-02

앞에서 학습한 주요 표현과 패턴을 음원으로 들으며 따라 말해보세요.

이용하는 웹사이트
Em thường xuyên truy cập trang web Du Tub.

소개
Du Tub là một trong những trang web phổ biến nhất tại Hàn Quốc nói riêng và trên toàn thế giới nói chung.

이유
Với lại, em cũng thường xem các video trên Du Tub để cập nhật thông tin.

볼 수 있는 것들
Ngoài việc giải trí, em còn có thể tìm các quảng cáo của sản phẩm, những địa điểm du lịch và các quyển sách học tiếng Việt nữa.

나의 느낌
Em thấy em hơi nghiện Du Tub nhưng không sao vì nó có ích đối với em.

일상생활에 편의를 주는 기술 묘사

[01] **빈출 질문** 🎧 47-01

1. Hiện nay, những kỹ thuật công nghệ và trang thiết bị điện tử rất có ích cho
   đời sống của chúng ta.
   Kể cho tôi kỹ thuật hay thiết bị nào khiến cuộc sống hàng ngày tiện nghi hơn.
   Bạn thường làm gì với nó?

   요즘, 전자 기술과 기기가 우리의 생활에 많은 이익을 가져다 줍니다.
   나에게 어느 기술과 기기가 일상 생활을 더 편리하게 해주는지 말해주세요.
   당신은 보통 그것들로 무엇을 합니까?

[02] **5 문장 아이디어 만들기**

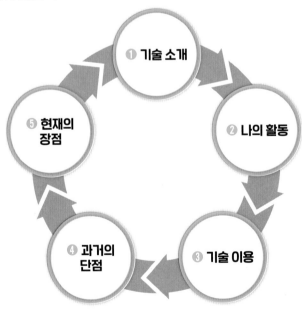

필수 패턴 1

không thể thiếu trong ~   ~에서 없어서는 안되는

기술 소개

Trong thời đại 4.0, điện thoại thông minh là một thiết bị không thể thiếu trong cuộc sống của em.

4차 산업 시대에서 스마트폰은 제 생활에서 없어서는 안되는 기기입니다.

필수 패턴 2

qua điện thoại ~   전화기를 통해서 ~

나의 활동

Em nhắn tin, đọc tin tức, chụp hình, làm việc và đặt bàn nhà hàng qua điện thoại.

저는 전화기를 통해서 문자 메시지 전송, 뉴스 읽기, 사진 찍기, 업무 그리고 식당 예약을 합니다.

기술 이용

Mấy ngày trước em đăng ký khám bệnh qua một app đặt lịch khám bệnh.

며칠 전에 저는 어플을 통해서 병원 진료를 예약했습니다.

과거의 단점

Trước đây thì khi em đi bệnh viện, em phải chờ bác sĩ mà không biết phải chờ bao lâu.

예전에는 제가 병원에 가면, 진료를 보기까지 얼마나 오래 기다려야 하는지 몰랐습니다.

현재의 장점

Nhưng em đặt lịch trước thì em không cần chờ bác sĩ lâu và thấy rất là hài lòng.

그러나 먼저 일정을 예약하면, 진료를 보기까지 오래 기다릴 필요가 없어서 저는 매우 만족합니다.

04 답변 연습하기

앞에서 학습한 표현과 패턴을 활용하여 답변을 연습해 보세요.

Trong 4.0, / điện thoại thông minh / là một thiết bị không thể thiếu / trong cuộc sống của em.

4차 산업 시대에서 스마트폰은 제 생활에서 없어서는 안되는 기기입니다.

Em nhắn tin, / đọc tin tức, / chụp hình, / làm việc và đặt bàn / qua điện thoại.

저는 전화기를 통해서 문자 메시지 전송, 뉴스 읽기, 사진 찍기, 업무 그리고 식당 예약을 합니다.

Mấy ngày trước / em đăng ký khám bệnh / qua một app đặt lịch khám bệnh.

며칠 전에 저는 어플을 통해서 병원 진료를 예약했습니다.

Trước đây thì / khi em đi bệnh viện, / em phải chờ bác sĩ mà / không biết / phải chờ bao lâu.

예전에는 제가 병원에 가면, 진료를 보기까지 얼마나 오래 기다려야 하는지 몰랐습니다.

Nhưng / em đặt lịch trước / thì / em không cần chờ bác sĩ lâu / và thấy / rất là hài lòng.

그러나 먼저 일정을 예약하면, 진료를 보기까지 오래 기다릴 필요가 없어서 저는 매우 만족합니다.

Ngoài bệnh viện ra, / em cũng thường / đặt bàn nhà hàng, đặt phòng khách sạn nữa.

병원 외에도, 저는 또한 식당을 예약하고, 호텔도 예약합니다.

Nó giúp em / tiết kiệm thời gian / và sống tiện nghi hơn.

그것은 저에게 시간을 절약하게 해주고 생활을 편리하게 해줍니다.

---

thời đại	시대	hài lòng	만족하다
điện thoại thông minh	스마트폰	tiết kiệm	절약하다
thiết bị	장비	tiện nghi	편리한
đăng ký khám bệnh	병원 진료 예약하다		

06 필수 5문장 확인하기 🎧 47-02

앞에서 학습한 주요 표현과 패턴을 음원으로 들으며 따라 말해보세요.

기술 소개 Trong thời đại 4.0, điện thoại thông minh là một thiết bị không thể thiếu trong cuộc sống của em.

나의 활동 Em nhắn tin, đọc tin tức, chụp hình, làm việc và đặt bàn nhà hàng qua điện thoại.

기술 이용 Mấy ngày trước em đăng ký khám bệnh qua một app đặt lịch khám bệnh.

과거의 단점 Trước đây thì khi em đi bệnh viện, em phải chờ bác sĩ mà không biết phải chờ bao lâu.

현재의 장점 Nhưng em đặt lịch trước thì em không cần chờ bác sĩ lâu và thấy rất là hài lòng.

01 빈출 질문 🎧 48-01

1. Bạn thường làm gì để giữ gìn sức khỏe của bạn?
   Bạn có tập thể dục hay chơi thể thao không?
   Bạn có dùng thực phẩm bảo vệ sức khỏe không?

   당신은 건강을 유지하기 위해 보통 무엇을 합니까?
   당신은 운동을 합니까?
   당신은 건강식품을 먹습니까?

02 5 문장 아이디어 만들기

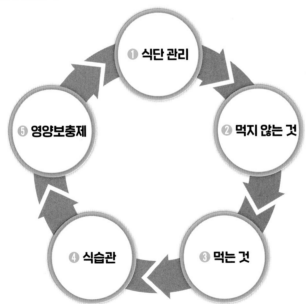

① 식단 관리
② 먹지 않는 것
③ 먹는 것
④ 식습관
⑤ 영양보충제

필수 패턴 1

luôn cố gắng ~   항상 ~(을)를 노력하다

식단 관리

Em luôn cố gắng ăn uống lành mạnh mỗi ngày.
저는 매일 항상 건강하게 먹으려고 노력합니다.

먹지 않는 것

Em ít khi ăn Tteokbokki, không ăn hamburger và bánh Pizza.
저는 떡볶이를 거의 먹지 않고, 햄버거와 피자를 먹지 않습니다.

필수 패턴 2

thật ~   정말(로) ~하다

먹는 것

Em cố gắng ăn thật nhiều rau và trái cây.
저는 채소와 과일을 정말 많이 먹으려고 노력합니다.

식습관

Vì vậy, em thường ăn sa-lát cho bữa sáng, sau khi thức dậy.
그래서, 저는 일어나서 보통 아침 식사로 샐러드를 먹습니다.

영양보충제

Hơn nữa, dạo này em uống một viên hồng sâm mỗi ngày.
게다가, 요즘 저는 매일 홍삼 한 알을 먹습니다.

답변 연습하기

앞에서 학습한 표현과 패턴을 활용하여 답변을 연습해 보세요.

Em luôn cố gắng / ăn uống lành mạnh / mỗi ngày.
저는 매일 항상 건강하게 먹으려고 노력합니다.

Em không ăn / thức ăn nhanh.
저는 인스턴트 음식을 먹지 않습니다.

Em ít khi / ăn Tteokbokki, / không ăn hamburger và bánh Pizza.
저는 떡볶이를 거의 먹지 않고, 햄버거와 피자를 먹지 않습니다.

Dạo này, / em hơi mập ra. / Em phải ăn kiêng.
요즘 저는 약간 살이 쪘습니다. 저는 다이어트를 해야 합니다.

Em cố gắng / ăn thật nhiều rau / và trái cây.
저는 채소와 과일을 정말 많이 먹으려고 노력합니다.

Em nghĩ / bữa sáng là / bữa ăn / quan trọng nhất / trong ngày.
저는 하루 중 아침 식사가 가장 중요하다고 생각합니다.

Vì vậy, / em thường ăn sa-lát / cho bữa sáng, / sau khi thức dậy.
그래서, 저는 일어나서 보통 아침 식사로 샐러드를 먹습니다.

Hơn nữa, / dạo này / em uống / một viên hồng sâm / mỗi ngày.
게다가, 요즘 저는 매일 홍삼 한 알을 먹습니다.

Nó tốt cho sức khỏe / và đẹp da, / đẹp dáng.
그것은 건강에 좋고, 피부, 외모도 예뻐집니다.

---

05 단어 학습하기

cô gắng	노력하다	**trái cây**	과일
lành mạnh	건강한	**bữa ăn**	식사
thức ăn nhanh	인스턴트 음식	**thức dậy**	일어나다
ít khi	거의 ~하지 않다, 드물게	**viên**	알약
mập ra	살이 찌다	**da**	피부
ăn kiêng	다이어트하다	**dáng**	외모, 외형
rau	채소		

06 필수 5문장 확인하기 🎧 48-02

앞에서 학습한 주요 표현과 패턴을 음원으로 들으며 따라 말해보세요.

식단 관리 Em luôn cô gắng ăn uống lành mạnh mỗi ngày.

먹지 않는 것 Em ít khi ăn Tteokbokki, không ăn hamburger và bánh Pizza.

먹는 것 Em cố gắng ăn thật nhiều rau và trái cây.

식습관 Vì vậy, em thường ăn sa-lát cho bữa sáng, sau khi thức dậy.

영양보충제 Hơn nữa, dạo này em uống một viên hồng sâm mỗi ngày.

요즘 젊은이들이 희망하는 기업 묘사

01 빈출 질문 🎧 49-01

1. Giới trẻ hiện nay ở nước bạn muốn làm việc ở công ty hay doanh nghiệp nào?
   Bạn có biết lĩnh vực nào họ đang quan tâm nhất không?
   Tại sao người ta muốn vào công ty đó?

   당신 나라의 요즘 젊은이들은 어느 회사나 기업에서 일을 합니까?
   당신은 그들이 어느 분야에 가장 관심이 있는지 알고 있습니까?
   왜 사람들은 그 회사에 들어가고 싶어합니까?

02 5 문장 아이디어 만들기

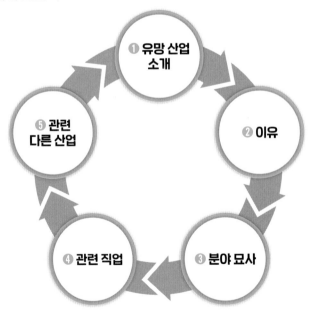

❶ 유망 산업 소개
❷ 이유
❸ 분야 묘사
❹ 관련 직업
❺ 관련 다른 산업

필수 패턴 1

~ là một lĩnh vực   ~한 분야이다

| 유망 산업
소개 | Ngành công nghiệp giải trí Hàn Quốc là một lĩnh vực rất tiềm năng.
한국 엔터테인먼트 산업은 정말 잠재성이 큰 분야입니다. |

| 이유 | Ngày nay, rất ít bạn trẻ ở Hàn Quốc không biết đến những cái tên như BTS hay là Blackpink.
오늘날, BTS와 Blackpink의 이름을 모르는 한국 젊은이들은 매우 적습니다. |

필수 패턴 2

có sức ảnh hưởng đối với ~   ~에 영향력이 있다

| 분야 묘사 | Đồng thời, các công ty giải trí Hàn Quốc cũng có sức ảnh hưởng đối với giới trẻ Hàn Quốc.
동시에, 한국 엔터테인먼트 회사 또한 한국 젊은이들에게 영향력이 있습니다. |

| 관련 직업 | Vì vậy, mọi người không phải muốn làm diễn viên hay nghệ sĩ, mà họ muốn làm công việc thuộc ngành công nghiệp này như Marketing, quản lý nghệ sĩ.
그래서, 모든 사람들이 연예인이나 예능인을 하고 싶어하는 것은 아니지만 그들은 이 산업 분야에 마케팅, 매니저 같은 일에 종사하고 싶어합니다. |

| 관련
다른 산업 | Hoặc là các lĩnh vực khác liên quan như mỹ phẩm, thời trang v.v..
혹은 미용, 패션 등과 같은 다른 관련 분야입니다. |

앞에서 학습한 표현과 패턴을 활용하여 답변을 연습해 보세요.

Cô từng nghe / nhạc Hàn Quốc / hay xem / phim Hàn Quốc bao giờ chưa?
Mai씨는 한국 음악을 듣거나 한국 영화를 본 적이 있나요?

Ngành công nghiệp giải trí Hàn Quốc / là một lĩnh vực / rất tiềm năng.
한국 엔터테인먼트 산업은 정말 잠재성이 큰 분야입니다.

Ngày nay, / rất ít / bạn trẻ ở Hàn Quốc / không biết đến những cái tên / như BTS hay là Blackpink.
오늘날, BTS와 Blackpink의 이름을 모르는 한국 젊은이들은 매우 적습니다.

Đồng thời, / các công ty giải trí Hàn Quốc / cũng có sức ảnh hưởng / đối với giới trẻ Hàn Quốc.
동시에, 한국 엔터테인먼트 회사 또한 한국 젊은이들에게 영향력이 있습니다.

Khi thị trường / ngày càng lớn lên, / các công ty cần nhiều nhân viên hơn / trước.
시장은 날이 갈수록 커지고 있고, 회사들은 전보다 많은 직원이 필요합니다.

Vì vậy, / mọi người / không phải muốn làm / diễn viên hay nghệ sĩ, mà / họ muốn làm / công việc / thuộc ngành công nghiệp này như Marketing, quản lý nghệ sĩ.
그래서, 모든 사람들이 연예인이나 예능인을 하고 싶어하는 것은 아니지만 그들은 이 산업 분야에 마케팅, 매니저 같은 일에 종사하고 싶어합니다.

Hoặc là / các lĩnh vực khác / liên quan / như mỹ phẩm, thời trang v.v..
혹은 미용, 패션 등과 같은 다른 관련 분야입니다.

---

công nghiệp	산업	nghệ sĩ	예능인
tiềm năng	잠재력	thuộc	속하다
bạn trẻ	젊은이	ngành	분야
thị trường	시장	quản lý	관리하다
cần	필요하다	mỹ phẩm	화장품
nhân viên	직원	thời trang	패션
diễn viên	연예인		

06 필수 5문장 확인하기 🎧 49-02

앞에서 학습한 주요 표현과 패턴을 음원으로 들으며 따라 말해보세요.

유망 산업 소개	Ngành công nghiệp giải trí Hàn Quốc là một lĩnh vực rất tiềm năng.
이유	Ngày nay, rất ít bạn trẻ ở Hàn Quốc không biết đến những cái tên như BTS hay là Blackpink.
분야 묘사	Đồng thời, các công ty giải trí Hàn Quốc cũng có sức ảnh hưởng đối với giới trẻ Hàn Quốc.
관련 직업	Vì vậy, mọi người không phải muốn làm diễn viên hay nghệ sĩ, mà họ muốn làm công việc thuộc ngành công nghiệp này như Marketing, quản lý nghệ sĩ.
관련 다른 산업	Hoặc là các lĩnh vực khác liên quan như mỹ phẩm, thời trang v.v..

01 빈출 질문 🎧 50-01

1. So sánh các khách sạn ở nước bạn và các quốc gia khác.
   Có những điểm chung và khác biệt như thế nào?

   당신의 나라에 있는 호텔과 외국의 호텔을 비교하세요.
   어떤 공통점이 있고 차이점이 있습니까?

02 5 문장 아이디어 만들기

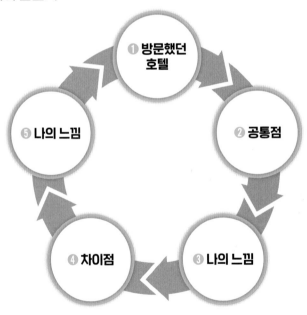

① 방문했던 호텔
② 공통점
③ 나의 느낌
④ 차이점
⑤ 나의 느낌

| 방문했던 호텔 | Khi em đi du lịch thì em phải tự đặt phòng nhưng khi đi công tác thì công ty thường đặt cho.

제가 여행을 갈 때에는 호텔을 스스로 예약하지만 출장을 갈 때에는 보통 회사에서 예약을 해줍니다. |

| 공통점 | Hầu hết mọi khách sạn thường cung cấp bữa sáng kiểu Tây.

거의 모든 호텔은 보통 서양식의 조식을 제공합니다. |

| 나의 느낌 | Cho nên dù em ăn sáng ở Hàn Quốc nhưng em không ăn sáng kiểu Hàn được.

그래서 저는 한국에서 조식을 먹지만 한국식을 먹지 않습니다. |

필수 패턴 1

sự khác biệt ~ giữa ~ 　　 ~ 사이에 차이점이 있다

| 차이점 | Em thấy sự khác biệt lớn nhất giữa khách sạn Hàn Quốc và nước ngoài chính là ngôn ngữ.

한국 호텔과 외국 호텔의 가장 큰 차이점은 바로 언어라고 생각합니다. |

필수 패턴 2

hơi hồi hộp ~ 　　 약간 긴장되다

| 나의 느낌 | Khi em hỏi nhân viên lễ tân nước ngoài mà chị ấy không nói tiếng Hàn thì em hơi hồi hộp.

제가 프론트 직원에게 물어볼 때 그녀는 한국어를 모르기 때문에 약간 긴장이 됩니다. |

답변 연습하기

앞에서 학습한 표현과 패턴을 활용하여 답변을 연습해 보세요.

Em thường ở khách sạn / khi đi du lịch / hay đi công tác.

여행을 가거나 출장을 갈 때 저는 보통 호텔에 있습니다.

Khi em đi du lịch thì / em phải tự đặt phòng / nhưng khi đi công tác thì / công ty thường đặt cho.

제가 여행을 갈 때에는 호텔을 스스로 예약하지만 출장을 갈 때에는 보통 회사에서 예약을 해줍니다.

Vì thế, / em đã đến / nhiều khách sạn khác nhau / từ 2 sao đến 5 sao.

그래서 저는 2성부터 5성까지 서로 다른 많은 호텔을 갔습니다.

Hầu hết mọi khách sạn / thường cung cấp / bữa sáng kiểu Tây.

거의 모든 호텔은 보통 서양식의 조식을 제공합니다.

Cho nên / dù em ăn sáng ở Hàn Quốc / nhưng em không ăn sáng / kiểu Hàn được.

그래서 저는 한국에서 조식을 먹지만 한국식을 먹지 않습니다.

Em thấy / sự khác biệt lớn nhất / giữa khách sạn Hàn Quốc / và nước ngoài / chính là / ngôn ngữ.

한국 호텔과 외국 호텔의 가장 큰 차이점은 바로 언어라고 생각합니다.

Khi em hỏi / nhân viên lễ tân nước ngoài / mà chị ấy / không nói tiếng Hàn / thì / em hơi hồi hộp.

제가 프론트 직원에게 물어볼 때 그녀는 한국어를 모르기 때문에 약간 긴장이 됩니다.

Nhưng / trong nước thì / em hỏi gì cũng / thoải mái hơn.

그러나 국내는 어떤 것을 물어보든지 더 편안합니다.

---

khách sạn	호텔	kiểu Tây	서양 스타일
đi công tác	출장가다	ngôn ngữ	언어
tự	스스로	nhân viên lễ tân	프론트 직원
đặt phòng	방을 예약하다	nước ngoài	외국
cung cấp	제공하다	hồi hộp	긴장하다
bữa sáng	아침식사		

06 필수 5문장 확인하기 🎧 50-02

앞에서 학습한 주요 표현과 패턴을 음원으로 들으며 따라 말해보세요.

방문했던 호텔	Khi em đi du lịch thì em phải tự đặt phòng nhưng khi đi công tác thì công ty thường đặt cho.
공통점	Hầu hết mọi khách sạn thường cung cấp bữa sáng kiểu Tây.
나의 느낌	Cho nên dù em ăn sáng ở Hàn Quốc nhưng em không ăn sáng kiểu Hàn được.
차이점	Em thấy sự khác biệt lớn nhất giữa khách sạn Hàn Quốc và nước ngoài chính là ngôn ngữ.
나의 느낌	Khi em hỏi nhân viên lễ tân nước ngoài mà chị ấy không nói tiếng Hàn thì em hơi hồi hộp.

PART 3

롤플레이

01 빈출 질문 🎧 51-01

1. Tôi cũng thích xem phim.
   Hãy hỏi tôi 3 hay 4 câu hỏi về việc xem phim.

   나도 영화 보는 것을 좋아해요.
   나에게 영화 보는 것에 대해 3~4개의 질문을 하세요.

02 5 문장 아이디어 만들기

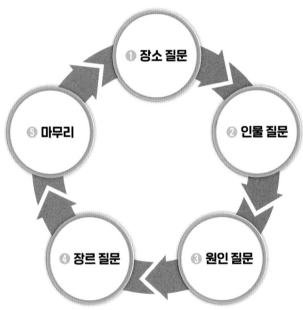

❶ 장소 질문
❷ 인물 질문
❸ 원인 질문
❹ 장르 질문
❺ 마무리

03 필수 표현

필수 패턴 1

ở đâu vậy?   어디예요? / 어디에 있어요?

장소 질문

Cô thường đi xem phim ở đâu vậy?
Mai씨는 보통 어디로 영화를 보러 가나요?

인물 질문

Cô thường xem phim với ai cô? Bạn bè hay một mình?
Mai씨는 보통 누구와 영화를 보나요? 친구와 가나요, 혼자 가나요?

원인 질문

Lý do cô thích xem phim là gì ạ?
Mai씨가 영화 보는 것을 좋아하는 이유는 무엇인가요?

장르 질문

Em thích phim hành động Hàn Quốc, còn cô thích thể loại phim nào ạ.
저는 한국 액션 영화를 좋아하는데, Mai씨는 어떤 영화 장르를 좋아하나요?

필수 패턴 2

khi nào ~ rảnh thì ~   언젠가 한가할 때~

마무리

Khi nào cô rảnh thì mình đi xem phim cùng nhau nhé.
Mai씨가 한가할 때 함께 영화 보러 가요.

답변 연습하기

앞에서 학습한 표현과 패턴을 활용하여 답변을 연습해 보세요.

À, / cô cũng / thích xem phim ạ?

아, Mai씨도 영화 보는 것을 좋아하나요?

Trời ơi, / em cũng thích xem phim lắm.

세상에, 저도 영화 보는 것을 매우 좋아해요.

Cô thường đi xem phim / ở đâu vậy?

Mai씨는 보통 어디로 영화를 보러 가나요?

Cô thường xem phim / khi nào?

Mai씨는 보통 언제 영화를 보러 가나요?

Vào cuối tuần / hay / những ngày trong tuần?

주말인가요 아니면 주중인가요?

Cô thường xem phim với ai cô? / Bạn bè / hay một mình?

Mai씨는 보통 누구와 영화를 보나요? 친구와 가나요, 혼자 가나요?

Em thường đi xem phim / với bạn bè của em.

저는 보통 제 친구와 영화를 보러 가요.

Lý do / cô thích xem phim / là gì ạ?

Mai씨가 영화 보는 것을 좋아하는 이유는 무엇인가요?

Em thích / phim hành động Hàn Quốc, còn cô thích / thể loại phim nào ạ.

저는 한국 액션 영화를 좋아하는데, Mai씨는 어떤 영화 장르를 좋아하나요?

Khi nào cô rảnh thì / mình đi xem phim / cùng nhau nhé.

Mai씨가 한가할 때 함께 영화 보러 가요.

---

05 단어 학습하기

khi nào	언제	**bạn bè**	친구
cuối tuần	주말	**lý do**	이유
trong tuần	주중	**thể loại**	장르, 종류
ai	누구	**cùng nhau**	서로 함께
một mình	혼자		

06 필수 5문장 확인하기 🎧 51-02

앞에서 학습한 주요 표현과 패턴을 음원으로 들으며 따라 말해보세요.

장소 질문 Cô thường đi xem phim ở đâu vậy?

인물 질문 Cô thường xem phim với ai cô? Bạn bè hay một mình?

원인 질문 Lý do cô thích xem phim là gì ạ?

장르 질문 Em thích phim hành động Hàn Quốc, còn cô thích thể loại phim nào ạ.

마무리 Khi nào cô rảnh thì mình đi xem phim cùng nhau nhé.

01 빈출 질문 🎧 52-01

1. Tôi sẽ cho bạn một tình huống.
Bạn nghe tình huống và diễn kịch cho tôi.
Bây giờ tôi sẽ cho bạn nghe tình huống.
"Bạn đang gọi điện thoại để đặt lịch hẹn trước với bác sĩ.
Bạn hỏi người nhân viên tư vấn 3 hay 4 câu hỏi".

나는 당신에게 하나의 상황을 주겠습니다.
내가 주는 상황을 들어보세요.
지금 당신에게 상황을 들려주겠습니다.
"당신은 병원 진료 예약을 위해 전화를 합니다.
당신은 직원에게 3~4개의 질문을 하세요.

02 5 문장 아이디어 만들기

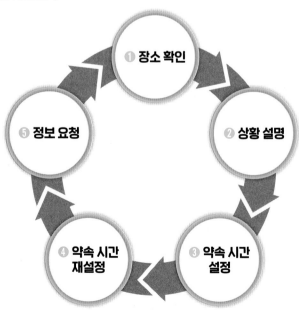

① 장소 확인
② 상황 설명
③ 약속 시간 설정
④ 약속 시간 재설정
⑤ 정보 요청

03 필수 표현

장소 확인

Dạ, A-lô. Bệnh viện Siwon đúng không ạ?

네, 여보세요. Siwon 병원 맞나요?

필수 패턴 1

một lần nữa ~   한 번 더~

상황 설명

Em uống hết thuốc rồi mà vẫn bị đau nên em muốn gặp bác sĩ Anna một lần nữa.

저는 약을 다 먹었는데 아직도 아파서 Anna 선생님을 한 번 더 만나고 싶어요.

약속 시간 설정

Chiều mai, em hẹn gặp bác sĩ lúc 3 giờ được không?

내일 오후, 저는 3시로 진료 예약을 할 수 있을까요?

약속 시간 재설정

Thế thì thứ sáu em sẽ tới bệnh viện lúc 10 giờ sáng nhé.

그러면 금요일 오전 10시에 병원에 갈게요.

필수 패턴 2

gửi tin nhắn ~   문자 메시지를 보내다

정보 요청

Chị gửi tin nhắn cho em địa chỉ bệnh viện một lần nữa được không?

저에게 병원 주소를 문자 메시지로 한 번 더 보내주실 수 있나요?

답변 연습하기

앞에서 학습한 표현과 패턴을 활용하여 답변을 연습해 보세요.

Dạ, A-lô. / Bệnh viện Siwon / đúng không ạ?

네, 여보세요. Siwon 병원 맞나요?

Dạ, / em gọi điện / để đặt lịch khám trước.

네, 저는 진료 예약을 하려고 전화했어요.

Tuần trước, / em đến gặp bác sĩ Anna / để khám chân rồi.

지난 주에, 다리 진료로 Anna 선생님을 만나러 갔어요.

Em uống hết thuốc rồi / mà / vẫn bị đau / nên / em muốn gặp bác sĩ Anna / một lần nữa.

저는 약을 다 먹었는데 아직도 아파서 Anna 선생님을 한 번 더 만나고 싶어요.

Chị giúp em / đặt lịch hẹn / với bác sĩ / được không?

의사 선생님 진료 예약을 좀 도와주실 수 있으실까요?

Chiều mai, / em hẹn gặp bác sĩ / lúc 3 giờ / được không?

내일 오후, 저는 3시로 진료 예약을 할 수 있을까요?

À, / giờ đó thì / có người đặt trước rồi ạ?

아, 그때는 다른 분이 먼저 예약을 하셨나요?

Thế thì / thứ sáu / em sẽ tới bệnh viện / lúc 10 giờ sáng nhé.

그러면 금요일 오전 10시에 병원에 갈게요.

Thứ sáu / có đặt được không ạ? / Rồi. / em cảm ơn chị ạ.

금요일 예약 가능 할까요? 네. 감사합니다.

Chị gửi tin nhắn cho em / địa chỉ bệnh viện / một lần nữa được không?

저에게 병원 주소를 문자 메시지로 한 번 더 보내주실 수 있나요?

05 단어 학습하기

bệnh viện	병원	uống hết thuốc	약을 다 먹다
đặt lịch khám	진료 예약하다	vẫn	아직도, 여전히
chân	다리	địa chỉ	주소

06 필수 5문장 확인하기 🎧 52-02

앞에서 학습한 주요 표현과 패턴을 음원으로 들으며 따라 말해보세요.

| 장소 확인 | Dạ, A-lô. Bệnh viện Siwon đúng không ạ? |

| 상황 설명 | Em uống hết thuốc rồi mà vẫn bị đau nên em muốn gặp bác sĩ Anna một lần nữa. |

| 약속 시간 설정 | Chiều mai, em hẹn gặp bác sĩ lúc 3 giờ được không? |

| 약속 시간 재설정 | Thế thì thứ sáu em sẽ tới bệnh viện lúc 10 giờ sáng nhé. |

| 정보 요청 | Chị gửi tin nhắn cho em địa chỉ bệnh viện một lần nữa được không? |

01 빈출 질문 🎧 53-01

1. Tôi sẽ cho bạn một tình huống.
   Bạn nghe tình huống và diễn kịch cho tôi.
   Bây giờ tôi sẽ cho bạn nghe tình huống.
   "Bạn muốn mua loa. Bạn của bạn biết về loa.
   Bạn hỏi bạn ấy về loa. Bạn hỏi 3 hay 4 câu hỏi."

나는 당신에게 하나의 상황을 주겠습니다.
상황을 잘 듣고, 상황극을 해주세요.
지금 당신에게 상황을 들려주겠습니다.
"당신은 스피커를 사고 싶습니다. 당신의 친구는 스피커에 대해 알고 있습니다.
당신은 친구에게 스피커에 대해 묻습니다. 3~4개의 질문을 하세요.

02 5 문장 아이디어 만들기

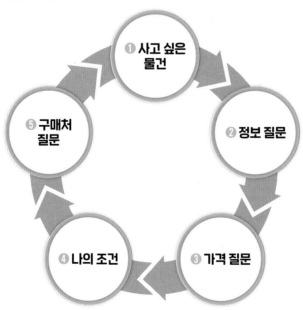

- ❶ 사고 싶은 물건
- ❷ 정보 질문
- ❸ 가격 질문
- ❹ 나의 조건
- ❺ 구매처 질문

필수 패턴 1

chả biết gì hết ~   전혀 모르다

사고 싶은 물건

Em muốn mua một cái loa mà em chả biết gì hết nên chị giúp em một chút được không?

저는 스피커를 하나 사고 싶은데 전혀 몰라서 언니가 저를 조금 도와줄 수 있을까요?

정보 질문

Nếu được thì chị cho em biết tên thương hiệu được không?

만약 가능하면 브랜드 이름을 알려줄 수 있어요?

가격 질문

Còn cái này giá bao nhiêu tiền chị?

그러면 이것은 얼마예요?

필수 패턴 2

giới thiệu cho ~   ~에게 소개해주다

나의 조건

Dạo này em không có tiền nên nếu hơi đắt tiền thì giới thiệu cho em một cái rẻ hơn được không chị?

요즘 제가 돈이 부족해서 약간 비싸다면 저에게 조금 저렴한 것으로 소개해줄 수 있을까요?

구매처 질문

Em mua loa trên mạng được không?
Hay nên đến cửa hàng xem trực tiếp?

인터넷으로 살 수 있어요? 아니면 가게에 가서 직접 보는 게 좋을까요?

04 답변 연습하기

앞에서 학습한 표현과 패턴을 활용하여 답변을 연습해 보세요.

A lô! A lô! Chị Mai ơi. Nghe thấy không? Em Anna đây!

여보세요! 여보세요! Mai 언니. 듣고 있어요? 저 Anna예요!

Em gọi cho chị / để hỏi mấy cái này.

몇 개 물어볼 게 있어서 전화했어요.

Chị biết loa không chị?

언니 스피커에 대해 알아요?

Em muốn mua / một cái loa / mà / em chả biết gì hết / nên / chị giúp em / một chút / được không?

저는 스피커를 하나 사고 싶은데 전혀 몰라서 언니가 저를 조금 도와줄 수 있을까요?

Chị đang sử dụng loa gì ạ?

언니는 무슨 스피커를 사용하고 있어요?

Tuần trước, / em thấy / cái loa của chị, / có vẻ đẹp á chị.

지난 주에 언니 스피커를 봤을 때, 너무 예뻐서요.

Nếu được thì / chị cho em biết / tên thương hiệu / được không?

만약 가능하면 브랜드 이름을 알려줄 수 있어요?

Còn cái này / giá bao nhiêu tiền chị?

그러면 이것은 얼마예요?

Dạo này / em không có tiền / nên / nếu hơi đắt tiền / thì / giới thiệu cho em / một cái rẻ hơn / được không chị?

요즘 제가 돈이 부족해서 약간 비싸다면 저에게 조금 저렴한 것으로 소개해줄 수 있을까요?

Với lại, / em có phải tìm hiểu gì / trước khi mua loa không?

게다가, 스피커를 사기 전에 제가 어떤 것을 알아야 할까요?

Em mua loa / trên mạng / được không? Hay nên đến cửa hàng xem trực tiếp?

인터넷으로 살 수 있어요? 아니면 가게에 가서 직접 보는 게 좋을까요?

Cảm ơn / chị nhiều. Sau khi / em mua loa / thì cho chị xem nhé.

정말 고마워요 언니. 제가 스피커 산 후에 언니 보여줄게요.

05 단어 학습하기

loa	스피커	thương hiệu	브랜드, 상표
sử dụng	사용하다	đắt tiền	비싼
thấy	보다	giới thiệu	소개하다
có vẻ	~처럼 보이다	trực tiếp	직접

06 필수 5문장 확인하기 🎧 53-02

앞에서 학습한 주요 표현과 패턴을 음원으로 들으며 따라 말해보세요.

사고 싶은 물건	Em muốn mua một cái loa mà em chả biết gì hết nên chị giúp em một chút được không?

정보 질문	Nếu được thì chị cho em biết tên thương hiệu được không?

가격 질문	Còn cái này giá bao nhiêu tiền chị?

나의 조건	Dạo này em không có tiền nên nếu hơi đắt tiền thì giới thiệu cho em một cái rẻ hơn được không chị?

구매처 질문	Em mua loa trên mạng được không? Hay nên đến cửa hàng xem trực tiếp?

망가뜨린 물건에 대해 해결하기

01 빈출 질문 🎧 54-01

1. Xin lỗi. Tôi có vấn đề muốn nhờ bạn giúp tôi giải quyết.
   Bạn mượn loa từ bạn của bạn mà loa đó bị hỏng.
   Bạn sẽ giải quyết vấn đề như thế nào?
   Hãy giải thích cho bạn ấy về tình huống và đưa ra 3 hay 4 lựa chọn.

   죄송합니다. 나는 당신에게 해결을 부탁할 문제가 있습니다.
   당신은 당신의 친구에게 스피커를 빌렸는데, 그것이 고장났습니다.
   당신은 문제를 어떻게 해결할 건가요?
   그 친구에게 상황을 설명하고, 3~4개의 선택지를 제시하세요.

02 5 문장 아이디어 만들기

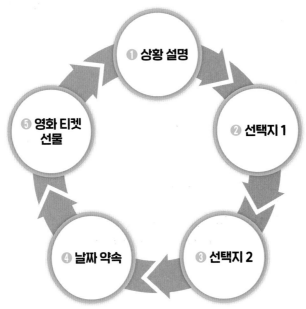

❶ 상황 설명
❷ 선택지 1
❸ 선택지 2
❹ 날짜 약속
❺ 영화 티켓 선물

03 필수 표현

상황 설명	Nhưng mà... xin lỗi cô.. tối hôm qua em trai của em làm hỏng rồi.
	그런데... 죄송합니다... 어제 저녁에 제 남동생이 고장냈어요.

선택지 1	Loa của em cũng cùng hiệu với cái của cô.
	제 스피커도 Mai씨 스피커와 같은 브랜드예요.

선택지 2	Hoặc là em sẽ mua cho cô một cái mới.
	아니면 새로운 것을 사드릴게요.

필수 패턴 1

vào cuối tuần ~   주말에~

날짜 약속	Nếu cô có thời gian vào cuối tuần này thì mình đi shopping và đi ăn tối với nhau nhé.
	만약 이번 주말에 시간이 있으면 우리 쇼핑하고 같이 저녁 먹어요.

필수 패턴 2

gửi ~ qua email   이메일로 보내다

영화 티켓 선물	Em đã gửi 2 vé xem phim qua email của cô rồi.
	이메일로 영화 티켓 두 장 보냈어요.

앞에서 학습한 표현과 패턴을 활용하여 답변을 연습해 보세요.

Cô Mai, Cô khỏe chứ? Em vẫn khỏe.

Mai씨, 잘 지내요? 저는 잘 지내요.

Cô nhớ không? 2 tuần trước, / em đã mượn★ / một cái loa của cô.

Mai씨 기억하세요? 2주 전에 제가 Mai씨 스피커를 빌렸잖아요.

Em cảm ơn cô nhiều / vì đã cho em mượn loa.

저에게 스피커를 빌려주셔서 감사합니다.

Nhưng mà... / xin lỗi cô... / tối hôm qua / em trai của em / làm hỏng★ rồi.

그런데... 죄송합니다... 어제 저녁에 제 남동생이 고장냈어요.

Cô nhớ em trai của em, tên Minh không? Năm nay / em ấy mới 6 tuổi.

이름이 Minh인데, 제 남동생 기억하세요? 올해 6살이에요.

Tụi em rất xin lỗi. Và / em trai / cũng muốn gửi / lời xin lỗi★ / đến cô.

정말 죄송합니다. 그리고 제 남동생도 Mai씨 에게 사과의 말을 전해달라고 했어요.

Loa của em / cũng cùng hiệu / với cái của cô. Hoặc là / em sẽ mua cho★ cô / một cái mới.

제 스피커도 Mai씨 스피커와 같은 브랜드예요. 아니면 새로운 것을 사드릴게요.

Cuối tuần này, / cô sẽ làm gì?

이번 주말에 뭐 하세요?

Nếu cô có thời gian / vào cuối tuần này / thì / mình đi shopping / và đi ăn tối / với nhau nhé.

만약 이번 주말에 시간이 있으면 우리 쇼핑하고 같이 저녁 먹어요.

Em trai em / cũng muốn đi cùng / để nói xin lỗi / với cô.

제 남동생도 Mai씨에게 사과하기 위해 같이 가고 싶어해요.

Em đã gửi / 2 vé xem phim / qua email của cô rồi.

이메일로 영화 티켓 두 장 보냈어요.

Sau khi tan làm, / cô đi xem phim / với chồng cô nhé.

퇴근 후에, 남편분과 함께 영화보러 가세요.

05 단어 학습하기

nhớ	기억하다	hiệu	브랜드, 상표
mượn	빌리다	ăn tối	저녁을 먹다
hỏng	고장나다	vé	표, 티켓
năm nay	올해	tan làm	퇴근하다
gửi	전하다, 보내다	chồng	남편

06 필수 5문장 확인하기 🎧 54-02

앞에서 학습한 주요 표현과 패턴을 음원으로 들으며 따라 말해보세요.

상황 설명	Nhưng mà... xin lỗi cô... tối hôm qua em trai của em làm hỏng rồi.
선택지 1	Loa của em cũng cùng hiệu với cái của cô.
선택지 2	Hoặc là em sẽ mua cho cô một cái mới.
날짜 약속	Nếu cô có thời gian vào cuối tuần này thì mình đi shopping và đi ăn tối với nhau nhé.
영화 티켓 선물	Em đã gửi 2 vé xem phim qua email của cô rồi.

구매한 물건 문제 발견

01 빈출 질문 🎧 55-01

1. Có một vấn đề xảy ra cần bạn giải quyết.
   Bạn đã mua đồ nội thất. Nhưng đã xảy ra vấn đề với món đồ nội thất đó.
   Đồ nội thất đến nhà của bạn không phải là món đồ nội thất bạn đã mua.
   Gọi điện cho cửa hàng, giải thích tình huống và đưa ra 3 hay 4 lựa chọn để giải quyết vấn đề.

당신이 해결 해야 할 문제가 있습니다.
당신은 가구를 샀습니다. 그런데 그 가구에 문제가 생겼습니다.
집으로 온 가구가 당신이 산 가구가 아니었습니다.
가게에 전화를 해서, 상황을 설명하고 문제 해결을 위한 3~4개의 선택지를 제시하세요.

02 5 문장 아이디어 만들기

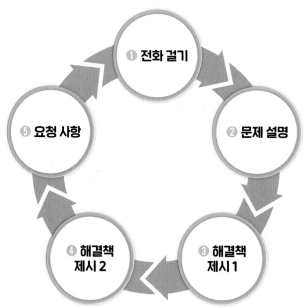

- ❶ 전화 걸기
- ❷ 문제 설명
- ❸ 해결책 제시 1
- ❹ 해결책 제시 2
- ❺ 요청 사항

03 필수 표현

전화 걸기	A lô, chào anh ạ. Nội Thất Siwon phải không ạ? 여보세요, 안녕하세요. Siwon 가구 맞나요?

문제 설명	Nhưng có một vấn đề là em đã mua giường màu trắng nhưng đồ giao đến nhà em là giường màu đen. 그런데 문제가 제가 흰색 침대를 샀는데 제 집에 배송된 것은 검정색이에요.

필수 패턴 1

có thể ~ cho em được không?   저에게 ~(을)를 해줄 수 있나요?

해결책 제시1	Anh có thể đổi lại giường màu trắng cho em được không? 당신은 저에게 흰색 침대로 다시 바꿔줄 수 있나요?

해결책 제시2	Trời ơi, thế thì em có thể trả lại được không? 세상에, 그러면 환불이 가능한가요?

필수 패턴 2

nhờ ~ giúp   돕다, 도와주다

요청 사항	Nhờ anh giao hàng giúp em lấy giường đen này để trả lại được không? 배달원분이 이 검정색 침대를 가져가시고, 환불 가능할까요?

앞에서 학습한 표현과 패턴을 활용하여 답변을 연습해 보세요.

A lô, chào anh ạ. / Nội Thất Siwon / phải không ạ?
여보세요, 안녕하세요. Siwon 가구 맞나요?

Hôm thứ ba, / em đã đặt hàng của anh / và sáng nay / em nhận được hàng rồi.
화요일에 주문을 하고 오늘 아침에 물건을 받았는데요.

Em đã mua / một chiếc giường. / Và em rất hài lòng / kiểu giường này.
저는 침대 하나를 샀어요. 그리고 이 스타일이 정말 마음에 들어요.

Nhưng / có một vấn đề là / em đã mua giường / màu trắng / nhưng / đồ giao đến nhà em / là giường màu đen.
그런데 문제가 제가 흰색 침대를 샀는데 제 집에 배송된 것은 검정색이에요.

Anh có thể đổi lại / giường màu trắng / cho em được không?
당신은 저에게 흰색 침대로 다시 바꿔줄 수 있나요?

À, giường màu trắng hết rồi à?
아, 흰색 침대가 품절이에요?

Trời ơi, / thế thì / em có thể trả lại / được không?
세상에, 그러면 환불이 가능한가요?

Em muốn trả hàng / mà cái giường này hơi nặng.
저는 환불하고 싶은데, 이 침대가 너무 무거워요.

Nhờ anh giao hang / giúp em lấy giường đen này để trả lại được không?
배달원분이 이 검정색 침대를 가져가시고, 환불 가능할까요?

Dạ, cảm ơn anh.
네, 감사합니다.

Gọi điện cho em / để xác nhận ngay / anh giao hàng nhé.
확인을 위해서 배달원 분이 저에게 바로 전화 주세요.

05 단어 학습하기

nội thất	인테리어	vấn đề	문제
đặt hàng	물건을 예약하다	đổi lại	교환하다
giường	침대	trả lại	환불하다
hài lòng	마음에 들다, 만족하다	giao hàng	물건을 배달하다
kiểu	스타일	lấy	가져가다

06 필수 5문장 확인하기 🎧 55-02

앞에서 학습한 주요 표현과 패턴을 음원으로 들으며 따라 말해보세요.

전화 걸기	A lô, chào anh ạ. Nội Thất Siwon phải không ạ?
문제 설명	Nhưng có một vấn đề là em đã mua giường màu trắng nhưng đồ giao đến nhà em là giường màu đen.
해결책 제시1	Anh có thể đổi lại giường màu trắng cho em được không?
해결책 제시2	Trời ơi, thế thì em có thể trả lại được không?
요청 사항	Nhờ anh giao hàng giúp em lấy giường đen này để trả lại được không?

01 빈출 질문 🎧 56-01

1. Bạn bị mất ví ở nhà hàng mà bạn đã ăn trưa vào buổi trưa hôm nay.
   Bạn gọi điện thoại đến nhà hàng.
   Nói cho người quản lý ở nhà hàng có chuyện gì và hỏi cách để nhận lại ví.

당신은 오늘 점심에 점심 식사를 한 식당에서 지갑을 잃어버렸습니다.
당신은 식당에 전화를 합니다.
식당 직원에게 무슨 일이 있었는 지와 지갑을 찾는 방법을 물어봅니다.

02 5 문장 아이디어 만들기

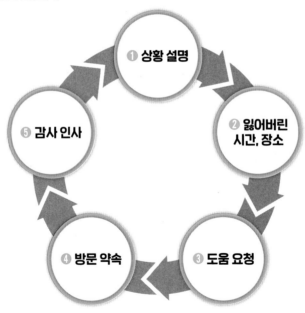

❶ 상황 설명
❷ 잃어버린 시간, 장소
❸ 도움 요청
❹ 방문 약속
❺ 감사 인사

03 필수 표현

상황 설명	Trưa nay em có ăn ở nhà hàng của mình mà hình như em để quên ví ở đó mất rồi. 오늘 식당에서 점심을 먹었는데 거기에 제 지갑을 잊어버리고 두고 온 것 같아요.

잃어버린 시간, 장소	Lúc khoảng 12 giờ, em ngồi cạnh cửa sổ. 약 12시쯤, 저는 창문 옆에 앉았어요.

도움 요청	Nhờ anh kiểm tra giúp em với ạ. 확인 좀 부탁 드릴게요.

필수 패턴 1

vậy thì ~   그러면, 그래서

방문 약속	Vậy thì chiều mai để em đến nhà hàng để lấy ví nhé. 그러면 내일 오후에 식당으로 지갑 찾으러 갈게요.

필수 패턴 2

Để em mời ~   제가 대접하게 해주세요

감사 인사	Anh có uống trà sữa không? Để em mời anh một ly nhé. 밀크티 드시나요? 제가 한 잔 대접할게요.

앞에서 학습한 표현과 패턴을 활용하여 답변을 연습해 보세요.

A lô. Chào anh. Nhà hàng Hankki Dookki / phải không ạ?

여보세요. 안녕하세요. Hankki Dookki 식당 맞죠?

Trưa nay / em có ăn / ở nhà hàng của mình / mà / hình như / em để quên ví ở đó
mất rồi.

오늘 식당에서 점심을 먹었는데 거기에 제 지갑을 잊어버리고 두고 온 것 같아요.

Chắc là / em đã để quên ví / trên ghế.

제가 지갑을 의자 위에 두고 온 것 같아요.

Lúc khoảng 12 giờ, / em ngồi cạnh cửa sổ.

약 12시쯤, 저는 창문 옆에 앉았어요.

Em trong đó không có nhiều tiền / nhưng / có căn cước công dân / của em / và
mấy cái thẻ tín dụng.

지갑에 많은 돈은 없지만 제 신분증과 신용카드가 몇 개 있어요.

Nhờ anh kiểm tra / giúp em với ạ.

확인 좀 부탁 드릴게요.

Ở chỗ mà / em đã ngồi / hay trong nhà hàng / có ví tiền màu xám không anh?

제가 앉았던 데나 식당안에 회색 지갑이 있나요?

À, anh thấy rồi à?

이, 보셨어요?

May quá! Em cảm ơn anh nhiều.

다행이다! 정말 감사합니다.

Vậy thì / chiều mai / để em đến nhà hàng / để lấy ví nhé.

그러면 내일 오후에 식당으로 지갑 찾으러 갈게요.

Anh có uống trà sữa không? Để em mời anh một ly nhé.

밀크티 드시나요? 제가 한 잔 대접할게요.

ví	지갑	căn cước công dân	신분증
trên ghế	의자 위	**thẻ tín dụng**	신용카드
cạnh	옆, 옆에	**kiểm tra**	확인하다
tiền mặt	현금	**màu xám**	회색
túi xách	가방	**lấy**	받다

06 필수 5문장 확인하기 🎧 56-02

앞에서 학습한 주요 표현과 패턴을 음원으로 들으며 따라 말해보세요.

상황 설명	Trưa nay em có ăn ở nhà hàng của mình mà hình như em để quên ví ở đó mất rồi.
잃어버린 시간, 장소	Lúc khoảng 12 giờ, em ngồi cạnh cửa sổ.
도움 요청	Nhờ anh kiểm tra giúp em với ạ.
방문 약속	Vậy thì chiều mai để em đến nhà hàng để lấy ví nhé.
감사 인사	Anh có uống trà sữa không? Để em mời anh một ly nhé.

항공편 지연 이유를 친구에게 설명

01 빈출 질문 🎧 57-01

1. Tôi sẽ cho bạn một tình huống. Bạn nghe tình huống và diễn kịch cho tôi.
   Bây giờ tôi sẽ cho bạn nghe tình huống nhé.
   "Bạn đang ở sân bay. Bạn biết rằng chuyến bay của bạn sẽ bị hoãn từ 3 tiếng trở lên.
   Ngoài ra, không còn chuyến bay nào khác và bạn không có lựa chọn khác.
   Nói cho bạn cùng đi du lịch thông tin này và để xuất 1 hoặc 2 phương án."

당신에게 상황을 줄게요. 당신은 상황을 듣고 상황극을 해주세요.
지금 당신에게 상황을 들려줄게요. 당신은 공항에 있습니다. 당신의 비행기가 3시간 이상 지연 된다는 것을 알았습니다. 그 외에도, 다른 비행편이 없고 다른 선택지도 없습니다.
이 소식을 같이 가는 친구에게 말하고, 1~2개의 방안을 제안하세요.

02 5 문장 아이디어 만들기

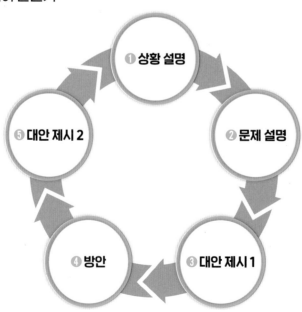

❶ 상황 설명
❷ 문제 설명
❸ 대안 제시 1
❹ 방안
❺ 대안 제시 2

필수 패턴 1

nói rằng ~   ~라고 말하다

| 상황 설명 | Nhân viên văn phòng nói rằng nó sẽ bị hoãn khoảng 3 tiếng.
직원이 말하기를 3시간 정도 지연된다고 했어. |

필수 패턴 2

không chắc ~   확실하지 않은

| 문제 설명 | Nhưng mà em cũng không chắc sẽ mất bao lâu nữa.
그러나 얼마나 더 걸릴지 확실하지 않아. |

| 대안 제시 1 | Cho nên là chúng ta phải đợi tại sân bay.
그래서 우리는 공항에서 기다려야 해. |

| 방안 | Nhân viên cho em hai phiếu quà tặng mong khách hàng thông cảm.
직원이 나에게 양해해 달라고 티켓 두 장을 주었어. |

| 대안 제시 2 | Nếu cô không thích đợi thì để em tìm chuyến bay khác nhé.
만약 기다리기 싫다면 다른 비행편을 찾아보자. |

답변 연습하기

앞에서 학습한 표현과 패턴을 활용하여 답변을 연습해 보세요.

Trời ơi, cô Mai ơi. / Có vấn đề rồi.

세상에, Mai씨. 문제가 생겼어요.

Em mới tới sân bay / và em nghe là / chuyến bay của chúng ta / bị hoãn / do thời tiết.

제가 공항에 막 도착했고 우리의 비행편이 기상때문에 지연된다고 들었어요.

Cô đang ở ngoài / hay trong nhà?

Mai씨 지금 밖에 계세요, 집 안에 계세요?

Thời tiết hôm nay / không tốt lắm.

오늘 날씨가 매우 좋지 않아요.

Nhân viên văn phòng nói rằng / nó sẽ bị hoãn / khoảng 3 tiếng.

직원이 말하기를 3시간 정도 지연된다고 했어요.

Nhưng mà / em cũng không chắc / sẽ mất bao lâu nữa.

그러나 얼마나 더 걸릴지 확실하지 않아요.

Cho nên là / chúng ta phải / đợi tại sân bay.

그래서 우리는 공항에서 기다려야 해요.

Nhân viên / cho em / hai phiếu quà tặng / mong khách hàng thông cảm.

직원이 나에게 양해해 달라고 티켓 두 장을 주었어요.

Chúng ta có thể / ăn gì đó / hay uống cà phê / ở sân bay.

우리는 공항에서 무언가를 먹거나 커피를 마실 수 있어요.

Nếu cô không thích đợi / thì / để em tìm chuyến bay khác nhé.

만약 기다리기 싫다면 다른 비행편을 찾아봐야 해요.

Chúng ta / có thể đổi địa điểm du lịch.

우리는 여행지를 바꿀 수 있어요.

Em đi đâu cũng được / nên nói cho em biết / ý kiến của cô nhé.

저는 어디든지 가도 괜찮아서 Mai씨의 의견을 말해주세요.

05 단어 학습하기

nhân viên văn phòng	사무실 직원	**thông cảm**	양해하다
bị hoãn	지연되다	**tìm**	찾다
mất	(시간이) 걸리다	**chuyến bay**	비행편
bao lâu	얼마나 오래	**địa điểm du lịch**	여행지
đợi	기다리다	**ý kiến**	의견
phiếu quà tặng	상품권		

06 필수 5문장 확인하기 🎧 57-02

앞에서 학습한 주요 표현과 패턴을 음원으로 들으며 따라 말해보세요.

상황 설명	Nhân viên văn phòng nói rằng nó sẽ bị hoãn khoảng 3 tiếng.

문제 설명	Nhưng mà em cũng không chắc sẽ mất bao lâu nữa.

대안 제시 1	Cho nên là chúng ta phải đợi tại sân bay.

방안	Nhân viên cho em hai phiếu quà tặng mong khách hàng thông cảm.

대안 제시 2	Nếu cô không thích đợi thì để em tìm chuyến bay khác nhé.

재활용 관련 문제 발생

01 빈출 질문 🎧 58-01

1. Bạn mới chuyển nhà. Bạn đã mở tiệc tại nhà.
   Bạn bỏ quá nhiều rác ra ngoài.
   Người hàng xóm của bạn than phiền về rác thải của bạn.
   Đưa ra cho hàng xóm 2 hoặc 3 giải pháp để giải quyết vấn đề.

당신은 막 이사를 했습니다. 당신은 집들이를 합니다.
당신은 많은 쓰레기를 버려야 합니다.
당신의 이웃은 당신의 쓰레기에 불만이 있습니다.
이웃에게 문제 해결을 위한 2~3개의 해결책을 제시하세요.

02 5 문장 아이디어 만들기

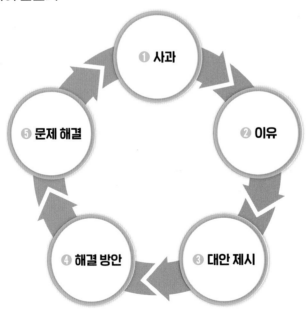

❶ 사과
❷ 이유
❸ 대안 제시
❹ 해결 방안
❺ 문제 해결

| 사과 | Con xin lỗi.
Con đến đây chưa được lâu nên không biết con nên bỏ rác như thế nào.
죄송해요. 제가 여기 온지 아직 오래되지 않아서 쓰레기를 어떻게 버리는지 잘 몰랐어요. |

필수 패턴 1

A chứ không phải B   A이지 B가 아니다

| 이유 | Con chỉ là không biết thôi chứ không phải cố ý.
저는 몰랐던 것이지 일부러 그런 것이 아니예요. |

| 대안 제시 | Lần sau nếu có tổ chức tiệc thì con sẽ làm ở ngoài.
다음에 만약 파티를 하면 밖에서 할게요. |

필수 패턴 2

theo quy định ~   규정에 따라서

| 해결 방안 | Với lại chú có thể nói cho con biết cách bỏ rác đúng theo quy định ở đây không?
게다가 아저씨께서 저에게 여기 규정에 따라 쓰레기 버리는 방법을 말씀해주실 수 있으신가요? |

| 문제 해결 | Con sẽ dọn dẹp và bỏ rác đúng quy định ngay.
저는 바로 규정에 맞게 정리하고 쓰레기를 버릴게요. |

답변 연습하기

앞에서 학습한 표현과 패턴을 활용하여 답변을 연습해 보세요.

Chào chú ạ. Tuần trước / con mới chuyển nhà đến.

아저씨 안녕하세요. 저는 지난 주에 막 이사왔어요.

Con xin lỗi. Con đến đây / <u>chưa được lâu</u> ★ / nên không biết con nên bỏ rác / như thế nào.

죄송해요. 제가 여기 온지 아직 오래되지 않아서 쓰레기를 어떻게 버리는지 잘 몰랐어요.

Con chỉ là / không biết thôi / chứ không phải cố ý.

저는 몰랐던 것이지 일부러 그런 것이 아니예요.

Hôm qua / con đã có một buổi tiệc / với bạn bè và gia đình.

어제 친구와 가족들과 함께 파티를 했어요.

<u>Lần sau</u> ★ / nếu có tổ chức tiệc thì / con sẽ làm ở ngoài.

다음에 만약 파티를 하면 밖에서 할게요.

Với lại / chú có thể nói / cho con biết / cách bỏ rác đúng theo quy định / ở đây không?

게다가 아저씨께서 저에게 여기 규정에 따라 쓰레기 버리는 방법을 말씀해주실 수 있으신가요?

Con sẽ dọn dẹp / và bỏ rác đúng quy định ngay.

저는 바로 규정에 맞게 정리하고 쓰레기를 버릴게요.

Dạ, cảm ơn chú ạ. Con xin đi trước.

네, 아저씨 감사합니다. 저 먼저 가보겠습니다.

단어 학습하기

chuyển nhà	이사하다	buổi tiệc	파티, 연회
bỏ rác	쓰레기를 버리다	quy định	규정
cố ý	고의적으로	dọn dẹp	정리하다, 청소하다

06 필수 5문장 확인하기 🎧 58-02

앞에서 학습한 주요 표현과 패턴을 음원으로 들으며 따라 말해보세요.

사과	Con xin lỗi. Con đến đây chưa được lâu nên không biết con nên bỏ rác như thế nào.

이유	Con chỉ là không biết thôi chứ không phải cố ý.

대안 제시	Lần sau nếu có tổ chức tiệc thì con sẽ làm ở ngoài.

해결 방안	Với lại chú có thể nói cho con biết cách bỏ rác đúng theo quy định ở đây không?

문제 해결	Con sẽ dọn dẹp và bỏ rác đúng quy định ngay.

친구의 약속 거절

01 빈출 질문 🎧 59-01

1. Bạn có hẹn đi chạy bộ với người bạn.
   Nhưng không thể đi chạy bộ được.
   Gọi điện cho người bạn đó, giải thích tình huống của bạn.

   당신은 친구와 조깅하러 가기로 약속했습니다.
   그러나 갈 수 없는 상황입니다.
   그 친구에게 전화를 해서, 당신의 상황을 설명하세요.

02 5 문장 아이디어 만들기

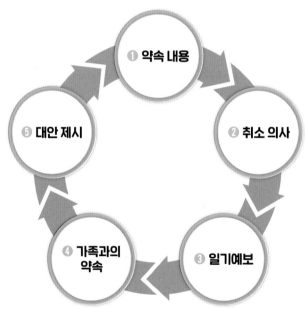

❶ 약속 내용
❷ 취소 의사
❸ 일기예보
❹ 가족과의 약속
❺ 대안 제시

| 약속 내용 | A lô chị. Em đây ạ. Em có hẹn đi chạy bộ với chị ở công viên gần nhà em vào chủ nhật tuần này. |

여보세요. 저예요. 이번 주 일요일에 집 근처 공원으로 조깅하러 가기로 했었는데.

| 취소 의사 | Nhưng hôm đó em không thể đi chạy với chị được nên em gọi điện cho chị. |

그런데 그날 언니랑 조깅하러 가지 못 할 것 같아서 전화했어요.

필수 패턴 1

bắt buộc phải ~   일기예보에서 말하기를 ~

| 일기예보 | Dự báo nói rằng chủ nhật tuần này sẽ có mưa. |

일기예보에서 말하기를 이번 주 일요일에 비가 온대요.

| 가족과의 약속 | Mà nếu không có mưa thì bố mẹ em cũng muốn em qua nhà bố mẹ vào cuối tuần này. |

그리고 만약 비가 오지 않는다면 부모님은 이번 주말에 제가 부모님 댁에 오길 원해요.

필수 패턴 2

biết ~ không?   ~(을)를 아나요?

| 대안 제시 | Mà chị biết anh Khang không?
Anh ấy nói là anh ấy muốn cùng đi chạy bộ. |

근데 언니 Khang 오빠 알아요? 그는 같이 조깅하고 싶다고 말했어요.

04 답변 연습하기

앞에서 학습한 표현과 패턴을 활용하여 답변을 연습해 보세요.

A lô chị. Em đây ạ. Em có hẹn / đi chạy bộ / với chị / ở công viên gần nhà em vào chủ nhật tuần này.

여보세요. 저예요. 이번 주 일요일에 집 근처 공원으로 조깅하러 가기로 했었는데.

Nhưng / hôm đó / em không thể đi chạy / với chị được / nên / em gọi điện cho chị.

그런데 그날 언니랑 조깅하러 가지 못 할 것 같아서 전화했어요.

Em rất rất là / muốn đi chạy bộ / nên em đã xem trước / dự báo thời tiết.

저는 정말 조깅을 가고 싶어서 일기예보를 미리 봤어요.

Dự báo nói rằng / chủ nhật tuần này / sẽ có mưa.

일기예보에서 말하기를 이번 주 일요일에 비가 온대요.

Mà / nếu không có mưa / thì bố mẹ em cũng muốn em qua / nhà bố mẹ / vào cuối tuần này.

그리고 만약 비가 오지 않는다면 부모님은 이번 주말에 제가 부모님 댁에 오길 원해요.

Vì dạo này / công việc của mẹ em / hơi bận nên em phải giúp mẹ / một tay.

왜냐하면 요즘 제 어머니의 일이 약간 바빠서 제가 어머니를 도와드려야 해요.

Mà / chị biết anh Khang không? Anh ấy nói là / anh ấy muốn cùng / đi chạy bộ.

근데 언니 Khang 오빠 알아요? 그는 같이 조깅하고 싶다고 말했어요.

Chị có thể đi chạy bộ / với anh Khang.

언니는 Khang 오빠와 조깅을 갈 수 있어요.

Em gửi tin nhắn / số điện thoại của anh ấy / cho chị nhé.

제가 언니에게 그 오빠의 전화번호를 메시지로 보낼게요.

05 단어 학습하기

hẹn	약속하다	dự báo thời tiết	일기예보
hôm đó	그날	có mưa	비가 오다
gọi điện	전화를 걸다	gửi tin nhắn	메시지를 보내다

06 필수 5문장 확인하기 🎧 59-02

앞에서 학습한 주요 표현과 패턴을 음원으로 들으며 따라 말해보세요.

약속 내용	A lô chị. Em đây ạ. Em có hẹn đi chạy bộ với chị ở công viên gần nhà em vào chủ nhật tuần này.
취소 의사	Nhưng hôm đó em không thể đi chạy với chị được nên em gọi điện cho chị.
일기예보	Dự báo nói rằng chủ nhật tuần này sẽ có mưa.
가족과의 약속	Mà nếu không có mưa thì bố mẹ em cũng muốn em qua nhà bố mẹ vào cuối tuần này.
대안 제시	Mà chị biết anh Khang không? Anh ấy nói là anh ấy muốn cùng đi chạy bộ.

bài 60 렌터카 관련 문제 해결 경험

01 빈출 질문 🎧 60-01

1. Đây là câu hỏi cuối cùng trong tình huống.
   Bạn đã từng thuê xe trong chuyến du lịch bao giờ chưa?
   Tại sao bạn thuê xe? Bạn đã có vấn đề khi thuê xe không?
   Bạn đã có chuyện gì và giải quyết vấn đề như thế nào?

상황극의 마지막 질문입니다.
당신은 여행에서 차를 렌트해 본 적이 있습니까?
왜 당신은 렌트를 했습니까? 당신은 렌트를 했을 때 문제가 있었습니까?
당신은 무슨 일이 있었고 어떻게 해결했습니까?

02 5 문장 아이디어 만들기

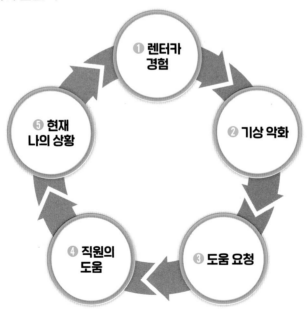

- ❶ 렌터카 경험
- ❷ 기상 악화
- ❸ 도움 요청
- ❹ 직원의 도움
- ❺ 현재 나의 상황

렌터카 경험

Dạ, có chứ. 4 năm trước, em đã thuê xe để đi du lịch đường dài.

네, 있어요. 4년 전에, 장거리 여행을 위해서 차를 렌트를 했어요.

기상 악화

Trên đường đi du lịch, tự dưng trời đổ mưa.

여행 가는 길에, 갑자기 비가 쏟아졌어요.

필수 패턴 1

bắt buộc phải ~   ~하지 않을 수 없다

도움 요청

Em bắt buộc phải dừng xe trên đường cao tốc, rồi gọi điện cho công ty thuê xe.

저는 고속도로 위에 차를 세울 수 밖에 없었고, 그리고 나서 렌터카 업체에 전화를 했어요.

직원의 도움

Họ đến nơi ngay lập tức và giúp em lái xe trong thời tiết xấu.

그들은 즉시 도착해서 기상악화에서 제가 운전할 수 있도록 도와주었어요.

필수 패턴 2

không hề có ý định ~   ~할 생각이 전혀 없다

현재 나의 상황

Nhưng tất nhiên là em không hề có ý định tự chạy xe một mình trong thời tiết mưa.

그러나 저는 비가 올 때 혼자서 운전할 생각이 전혀 없어요.

앞에서 학습한 표현과 패턴을 활용하여 답변을 연습해 보세요.

Ồi, / em định nói thêm / mà sao lại đến hết / câu hỏi cuối cùng rồi ạ?
오, 저 추가로 말하고 싶은데 마지막 질문인가요?

Dạ, có chứ. / 4 năm trước, / em đã thuê xe / để đi du lịch đường dài.
네, 있어요. 4년 전에, 장거리 여행을 위해서 차를 렌트를 했어요.

Em thích đi du lịch một mình / nên / em định tự chạy / xe đường dài.
저는 혼자 여행 가는 것을 좋아해서 운전해서 장거리 여행을 갔어요.

Trên đường đi du lịch, / tự dưng trời đổ mưa.
여행 가는 길에, 갑자기 비가 쏟아졌어요.

Lúc đó, / em không quen lái xe / ban đêm / mà lại mưa nữa.
그때, 저는 밤 운전에 익숙하지 않았는데 비까지 왔어요.

Em bắt buộc phải dừng xe / trên đường cao tốc, rồi gọi điện / cho công ty thuê xe.
저는 고속도로 위에 차를 세울 수밖에 없었고, 그리고 나서 렌터카 업체에 전화를 했어요.

Họ đến nơi ngay lập tức / và giúp em lái xe / trong thời tiết xấu.
그들은 즉시 도착해서 기상악화에서 제가 운전할 수 있도록 도와주었어요.

Đó là / một chuyến du lịch / rất là đặc biệt.
그것이 정말 특별한 여행이었어요.

Thỉnh thoảng / khi em xem hình thì / em lại nhớ tới / kỷ niệm đó.
가끔 저는 사진을 볼 때 그 일이 기억이 나요.

Nhưng / tất nhiên là / em không hề có ý định tự chạy xe một mình / trong thời tiết mưa.
그러나 저는 비가 올 때 혼자서 운전할 생각이 전혀 없어요.

05 단어 학습하기

thuê xe	차를 렌트하다	đường cao tốc	고속도로
du lịch đường dài	장거리 여행	công ty thuê xe	렌터가 회사
tự chạy	스스로 운전하다	ngay lập tức	즉시, 바로
trời đổ mưa	비가 쏟아지다	thời tiết	날씨
quen	익숙하다	xấu	나쁜
ban đêm	밤		

06 필수 5문장 확인하기 🎧 60-02

앞에서 학습한 주요 표현과 패턴을 음원으로 들으며 따라 말해보세요.

렌터카 경험	Dạ, có chứ. 4 năm trước, em đã thuê xe để đi du lịch đường dài.
기상 악화	Trên đường đi du lịch, tự dưng trời đổ mưa.
도움 요청	Em bắt buộc phải dừng xe trên đường cao tốc, rồi gọi điện cho công ty thuê xe.
직원의 도움	Họ đến nơi ngay lập tức và giúp em lái xe trong thời tiết xấu.
현재 나의 상황	Nhưng tất nhiên là em không hề có ý định tự chạy xe một mình trong thời tiết mưa.

MEMO